வாஸ்து மனையடி சாஸ்திரம்

ரா. ஜெகந்நாதாச்சாரியார்

லியோ புக் பப்ளிஷர்ஸ்
பழைய எண். 47, புதிய எண். 6, தெற்கு போக் ரோடு,
தி.நகர், சென்னை-17,
தொலைபேசி : 044-24351283

புத்தக விபரம்

புத்தகத் தலைப்பு	: வாஸ்து மனையடி சாஸ்திரம்
ஆசிரியர்	: ரா. ஜெகந்நாதாச்சாரியார்
உரிமை	: லியோ புக் பப்ளிஷர்ஸ்
பதிப்பு	: 2020
அளவு	: கிரௌன் 1/8
பக்கங்கள்	: 92
விலை	: ₹. 45/-
பதிப்பாசிரியர்	: திரு. குமரன்
அச்சிட்டோர்	: பத்மாவதி ஆப்செட், செ–

வெளிட்டாளர்கள் :

காப்புரிமைச் சட்டத்தின் கீழ் இந்நூல் பதிவுப் பெற்றுள்ளது. வெளியிட்டாளரின் எழுத்து மூலமான அனுமதியின்றி இந்நூலை மறுபதிப்புச் செய்யவோ வேறு மொழிகளில் மொழிப் பெயர்க்கவோ, அச்சடிக்கவோ, நகல்படி எடுக்கவோ, மின்னனு வழியாகவோ பதிப்பிக்கக் கூடாது.

வாழ்க வளமுடன்! வளர்க வையகம்!!

பொருளடக்கம்

1.	வேண்டும் ஒரு வீடு	5
2.	சிறப் சாஸ்திரத்தை சொல்பவர்களுக்கு உரிய நிபந்தனைகள்	6
3.	அளவுகோலின் அளவுகள்	7
4.	தமிழ் வருடங்கள் 60ன் பெயர்கள்	7
5.	பொது பலன்கள்	8
6.	அமைப்பு விதிகள்	14
7.	வீடு கட்டத்தக்க மனைதானா?	17
8.	நீர் விட்டு சோதித்தல்	18
9.	மனை மண் நிறம் - சுவை - பலன்	19
10.	திசைகளின் பலன்கள்	20
11.	முக்கியமான சில விவரங்கள்	20
12.	மனையில் நிற்கும்போது காணும் சகுனம்	25
13.	கெட்ட சகுனம்	25
14.	மனையில் கிடைக்கும் பொருள்களின் பலன்	26
15.	நட்சத்திரத்திற்கும் யோகத்திற்கும் தாராபலன்	28
16.	கௌரி பஞ் சாங்கம்	30
17.	நட்சத்திரங்கள் மூவகை	31
18.	யோக பலன்	33
19.	பத்து பொருத்தங்கள்	34
20.	வாஸ்து புருஷன்	41

21.	மனை அடிகோல குழி தோண்டுதல்	43
22.	தேங்காய் சகுணம்	44
23.	மண்வெட்டி சகுணம்	45
24.	மலரிட்டுச் சோதித்தல்	45
25.	கர்ப்பப் பெட்டி	46
26.	வாசக்கால் வைத்தல்	49
27.	வாசக்கால்களும், திசையும்	50
28.	சுவர்களில் ஏற்படும் விரிசல்களின் பலன்கள்	53
29.	அறைகள் அமைப்பு - பலன்	54
30.	கதவுகள் மூடித் திறக்கும்போது ஏற்படும் சப்தங்களின் பலன்கள்	67
31.	வீட்டின் வெளியே வாசல்கால் வைத்தல்	69
32.	மனையை பிரித்து வீட்டைக் கட்டுதல்	69
33.	கழிவு நீரை வெளியேற்றும் முறை	70
34.	எங்கே கிணறு அமைப்பது	71
35.	கிழமைகள் நட்சத்திரங்கள்	71
36.	ஜன்ம நட்சத்திரப் பலன்	82
37.	வாஸ்து பூஜை செய்யும் முறை	87
38.	தோஷங்களும் அதை நீங்கும் யந்திரங்களும்	88

வாஸ்து
மனையடி சாஸ்திரம்

வேண்டும் ஒரு வீடு

வாழ்க்கையில் ஒவ்வொருவரும் தமக்கென்று ஒரு வீடு கட்டிக் கொள்ள ஆசைப்படுவார்கள். நியாயமான ஆசைதான். ஆசையின் உந்துதலால் அவசர முடிவுகள் கூடாது. நாம் கட்டும் வீடு நூறு ஆண்டுகள் ஏன் தலைமுறை தலைமுறையாக ஆண்டு அனுபவிக்கத் தக்கதாக அமைய வேண்டும்.

இதற்கு ஒருவர் மனையை வாங்குவதற்கு முன் அந்த மனையைப் பற்றிய முழு விவரத்தையும் அறிய வேண்டும். அந்த மனை வீடு கட்டத் தகுதியானதா? அதில் வீடுகட்டி வசித்தால் நன்மை ஏற்படுமா என்பது போன்றவற்றை ஆராய்ந்து செயல்பட வேண்டும்.

வாஸ்து முறையில் அமைக்கப்படும் கோவில்கள், அரண்மனைகள், வீடுகள், குடிசை வீடுகள் முதலியவைகளோடு பெரும் முதல் கொண்டு ஆரம்பிக்கப்படும் தொழிற்சாலைகள் வரை மிகுந்த சிறப்பான வளத்தைக் கொடுக்கும்.

இன்றைய தினம் சிறப்புடன் வளமாக திகழும் அத்தனை இடங்களும் வாஸ்து சாஸ்திரப்படி செய்யவில்லை என்றாலும் அதனை அவர்கள் தொடங்கும் போது வாஸ்து சாஸ்திரப்படி அமைந்து விடுவதுதான் காரணம்.

வாஸ்து தேவன் மிக சக்தி கொண்டவன். அவனுடைய விதி முறைகளுக்கு மாறாக வீடுகள் கட்டுவோர் சொல்ல முடியாத துயரை அனுபவிக்க நேரும். ஜோதிட வித்தகர்களை நாம் கலந்து நமது வீட்டின் நிலைமைகளை விளக்கினால் அவர்கள் நமக்கு நவக்கிரக தோஷம் மற்றும் நாக தோஷம் என்று கூறி இன்ன இன்ன பரிகாரங்களைச் செய்யுங்கள் என்று கூறுவார்கள். ஜோதிடர்கள் கூறியபடி நாம் பரிகாரங்கள் செய்தும் அதிக அளவு பணம் செலவு செய்த பின்னும் நாம்

மன நிறைவோடு வாழ இயலாது. வாஸ்து முறைப்படி செய்யாமல் இருக்கும் கட்டிடங்கள் இடித்து புதிதாக வாஸ்து முறைப்படி கட்டும் வரை துயரமே நம்மை தொடரும்.

சிற்ப சாஸ்திரத்தை சொல்பவர்களுக்கு உரிய நிபந்தனைகள்

சுத்தமான மனமும் பிற ஜாதி பெண்களை மணம் புரியாதவனும் தினமும் குளித்து சுத்தமான உடலை உடையவனும் சாஸ்திரங்களை நல்ல முறையில் கற்றும் விரல்களில் பவித்திரம் அணிந்து தினசரி பூஜைகள் செய்து வருபவனும் சுத்தமான வெள்ளை நிற உடைகளை அணிந்து கொள்பவனும் எந்த நேரமும் அமைதியான குணமும் தெய்வ பக்தி உள்ளவனும் சிற்ப சாஸ்திரி ஆகலாம். மேற் சொன்ன நியமங்களை நாம் கடைப்பிடித்தால் நாமும் சிற்ப சாஸ்திரியாகலாம். வீடு கட்ட நினைப்பவர்கள் வீடு கட்ட தொடங்கும் முன் சிற்ப சாஸ்திரி கடைப்பிடிக்க வேண்டிய முறைகளுள் சாஸ்திரத்தை கற்காவிடினும் மற்றவைகளை கடைப் பிடிக்கலாம். வீடு கட்டி கிரகப் பிரவேசம் செய்யும் வரை சாஸ்திரிகளின் நியமனத்தை கடைப்பிடித்தல் நலம்.

சிற்ப சாஸ்திரிகள் அளவுகள் எடுக்க அளவைகளின் தன்மைகள்

ஐந்து வகையான இறைவன் வாழும் கோவில்கள் பிரம்ம குலமாகிய அந்தணர்கள், சத்திரியர்களாகிய வீர குலத்தை சேர்ந்தவர்கள், வைசியர்கள் என்று கூறப்படும் வியாபாரிகள், மற்றவர்கள் என்று பிரிக்கப்பட்டு அவரவர்களுக்கு அளவுகள் எடுத்து கணக்கு பார்த்து மனைகள் கட்ட அளவுகோல்கள் உள்ளன.

வியாபாரிகள் மற்றையோர்களுக்கு தேக்கு மரத்தினால் செய்யப்பட்ட அளவுகோலும், சத்திரியர்களுக்கு ஆச்சாவினால் செய்த அளவு கோலும், அந்தணர்கள் மூங்கிலால் செய்த அளவு கோலும், ஆலயங்களுக்கு

வாஸ்து மனையடி சாஸ்திரம்

இரும்பினாலும் செய்த அளவு கோலின் படி அளவுகள் குறிக்க வேண்டும்.

அளவுகோலின் அளவுகள்

கோவில்களுக்கு 34 அங்குலங்கள் கொண்ட அளவுகோல்.

அந்தணர்களுக்கு 27 அங்குலங்கள் கொண்ட அளவுகோல்.

அரண்மனைகளுக்கு 26 அங்குலங்கள் கொண்ட அளவுகோல்.

வைசியர்களுக்கு 25 அங்குலங்கள் கொண்ட அளவுகோல்.

மற்றவர்களுக்கு 24 அங்குலங்கள் கொண்ட அளவுகோல்.

தமிழ் வருடங்கள் 60ன் பெயர்கள்

நமது முன்னோர்கள் தமிழ் வருடங்கள் 60 என்றும் அவைகளின் பெயர்களையும் கூறி உள்ளனர். தமிழ் வருடங்கள் 60ன் பெயர்களாவன:

1.பிரபவ 2.விபவ 3.சுக்கில 4.பிரமோதூத 5.பிரஜோற்பத்தி 6.ஆங்கீரச 7.ஸ்ரீமுக 8.பவ 9.யுவ 10.தாது 11.ஈச்சுர 12.வெகுதானிய 13.பிரமாதி 14.விக்கிரம 15.விசு 16.சித்திரபானு 17.சுபானு 18.தாருண 19.பார்த்திப 20.விய 21.சருவசித்து 22.சருவதாரி 23.விரோதி 24.விகிர்தி 25.கர 26.நந்தன 27.விஜய 28.ஜெய 29.மன்மத 30.துன்முகி 31.ஏவிளம்பி 32.விளம்பி 33.விகாரி 34.சார்வாரி 35.பிலவ 36.சுபகிருது 37.சோபகிருது 38.குரோதி 39.விசுவாசு 40.பிராபவ 41.பிலவங்க 42.கீலக 43.சௌமிய 44.சாதாருண 45.பிரோதிகிவது 46.பிரதாபி 47.பிரமாதீச 48.ஆனந்த 49.ராச்சச 50.நள 51.பிங்கள 52.காலயுத்தி 53.சித்தார்த்தி 54.ரௌத்திரி 55.துன்மதி 56.துந்துபி 57.ருத்ரோத்காரி 58.ரத்தாச்சி 59.குரோதன 60.அட்சய.

அரிய தமிழ் வருடங்கள் 60க்கு உரிய பலன்கள்:

பொதுப் பலன்கள்

1. பிரபவ வருட பலன் : மழை பெய்வதால் நல்ல விளைச்சல் கிடைக்கும். மக்களுக்கு துயரமே அதிகம் ஏற்படும். துன்பம்.

2. விபவ வருட பலன் : அதிக மழை பெய்வதால் நல்ல விளைச்சல் உண்டாகும். அரசு நல்ல முறையில் செயல்படும். மக்கள் மகிழ்ச்சி காண்பார்கள். சுபம்.

3. சுக்ல வருட பலன் : நல்ல மழை. நல்ல விளைச்சல். பொன்னும் பொருளும் மக்களை வந்து சேரும். உப்பு மற்றும் பருத்தி விளைச்சல் குறைவு. சுபம்.

4. பிரமோதூத வருட பலன் : நல்ல அரசாங்கம் நடைபெறும். கரும்பு விளைச்சல் அதிகமாகும். மழை குறைவு - மத்திமம்.

5. பிரஜோற்பத்தி வருட பலன் : மக்கள் மன மகிழ்ச்சியுடன் வாழ்வார்கள். அதிக மழையும் அதனால் விளைச்சல் அதிகம் கிடைக்கும். சுபம்.

6. ஆங்கீரச வருட பலன் : மழை மற்றும் புயல் ஏற்படும். இதன் காரணமாக வெள்ளம் மற்றும் நாசமும் உண்டாகும். திருடர்களால் அதிக துயரம் ஏற்படும். துன்பம்.

7. ஸ்ரீ முக வருட பலன் : மக்கள் நோய்வாய்பட்டு துன்பப் படுவார்கள். துன்பம்.

8. பவ வருட பலன் : அரசாங்கத்தில் பணிபுரிவோர் நலம் பெறுவர். குழந்தை பெறும் தாய்மார்கள் துயரம் அடைவார்கள். மத்திமம்.

9. யுவ வருட பலன் : நல்ல மழை பெய்யும். பயிர்கள் நன்கு செழித்து வளரும். மக்கள் நோய்கள் வந்து துயரம் அடைவார்கள். துன்பம்.

10. தாது வருட பலன் : அளவோடு மழை பெய்யும். எல்லா பயிர்களும் செழித்து வளரும். மக்கள் மகிழ்வுடன் வாழ்வார்கள். சுபம்.

11. ஈஸ்வர வருட பலன் : மழை நன்கு பெய்யும். நெற் பயிர்கள் செழித்து வளரும். மக்கள் மகிழ்வுடன் வாழ்வார்கள். சுபம்.

12. வெகுதான்ய வருட பலன் : மழை குறைவு. பஞ்சம் ஏற்படும். மக்கள் மகிழ்ச்சியற்று வாழ்வார்கள். துன்பம்.

13. பிரமாதி வருட பலன் : மக்கள் குழந்தைகளுடன் இடம் பெயர்ந்து துன்பமடைவார்கள். அரசாங்கத்தால் துயரம் ஏற்படும். துன்பம்.

14. விக்கிர வருட பலன் : மழை குறைவாக பெய்யும். பஞ்சம் ஏற்படும். விளைச்சல் குறையும்.

15. விசு வருட பலன் : மழை குறைவால் தண்ணீர் பஞ்சம் ஏற்படும். விளைச்சல் குறையும்.

16. சித்திரபானு வருட பலன் : அந்தணர்களுக்கு துயரம் உண்டாகும். நல்ல அரசு செயல்படும். நல்ல மழை பெய்யும். சுபம்.

17. சுபானு வருட பலன் : ஆடு மற்றும் மாடுகளுக்கு துயரம் ஏற்படும். மழை குறைவு. விளைச்சல் குறைவு. மக்கள் துயரமடைவார்கள். துன்பம்.

18. தாரண வருட பலன் : மழை குறைவு. விளைச்சல் குறைவு. எதிரிகளால் துன்பமும் துயரமும் ஏற்படும். துன்பம்.

19. பார்த்திப வருட பலன் : மழை பெய்வதோடு விளைச்சலும் பெருகும். அண்டை நாட்டு மக்கள் சொல்லொன்னா துயரை அடைவார்கள். மத்திமம்.

20. விய வருட பலன் : மழை பெய்வதோடு விளைச்சலும் பெருகும். வடமேற்கு திசையில் உள்ள மக்கள் மகிழ்ச்சி யடைவார்கள். சுகம்.

21. சருவசித்து வருட பலன்: நல்ல மழை பெய்வதுடன் நல்ல விளைச்சலையும் பெறலாம். மக்கள் மகிழ்ச்சியடைவார்கள். சுபம்.

22. சர்வதாரி வருட பலன்: நல்ல மழை பெய்யும். நல்ல விளைச்சல் உண்டாகும். தாயும் சேயும் மகிழ்ச்சியுடன் வாழ்வார்கள். சுபம்.

23. விரோதி வருட பலன்: அரசாங்க பணியாளர்கள் சண்டை இட்டு கொள்வர். இதனால் அரசு செயல் இழந்து நிற்கும். நோய் பிடித்து ஆட்டும். துன்பம்.

24. விகிர்தி வருட பலன்: ஆடு, மாடுகள் நோய் கண்டு துயரம் அடையும். மழை பெய்வதோடு விளைச்சலும் அதிகம். மத்திமம்.

25. கர வருட பலன்: நல்ல மழை பெய்யும். வெள்ளம் உண்டாகும். ஆடு மாடுகளுக்கு சேதம் ஏற்படும். பால் தட்டுப்பாடு ஏற்படும். மத்திமம்.

26. நந்தன வருட பலன்: நாட்டில் மழை இல்லாது நீர் பஞ்சம் ஏற்படும். மக்கள் அலைச்சல் காண்பார்கள். துன்பம்.

27. விஜய வருட பலன்: மக்கள் நோய்வாய்ப் படுவார்கள். மழை பெய்யும். விளைச்சல் குறைவு.

28. ஜெய வருட பலன்: மக்களுக்கு அரசாங்கம் நல்ல உதவிகளைச் செய்யும். மழை பெய்யும். மக்கள் மகிழ்ச்சி காண்பார்கள். சுபம்.

29. மன்மத வருட பலன்: வடகிழக்கு மக்கள் பகைமை கொண்டு சண்டையிடுவார்கள். நல்ல மழை பெய்யும். மக்கள் மற்றும் விலங்குகள் பெருகி வளரும். மத்திமம்.

30. துன்முகி வருட பலன்: மழை அதிகமுண்டு. விளைச்சல் அதிகமுண்டு. மக்கள் மகிழ்ச்சி காண்பார்கள். சுபம்.

31. ஏவிளம்பி வருட பலன்: நெருப்பினால் பெரிய துன்பத்தை மக்கள் அடைவர். மழை குறைவாக பெய்யும். நாட்டுக்கு நாடு சண்டையிட்டு கொள்வார்கள். துன்பம்.

32. விளம்பி வருட பலன்: அரசுக்கு கெட்ட பெயரும் குறைந்த அளவு மழை பெய்வதுடன் விளைச்சலும் குறைவு. நோய்கள் தொற்றும். மத்திமம்.

33. விகாரி வருட பலன்: திருடர்களால் அச்சம் ஏற்படும். கையில் இருக்கும் பணத்தை செலவு செய்வார்கள். மழை குறைவு. விளைச்சல் சுமாராக இருக்கும். மத்திமம்.

34. சார்வாரி வருட பலன்: தாய் தந்தையருடன் பெற்ற பிள்ளைகள் சண்டையிட்டுக் கொள்வார்கள். நோய் பரவும். மழை மற்றும் விளைச்சல் குறைவு. துன்பம்.

35. பிலவ வருட பலன்: கால்நடைகளுக்கு துன்பம் வரும். விளைச்சல் மிக குறைவு. அரசாங்கம் நடத்துவது சிரமம். வெள்ளப் பெருக்கால் அபாயம். துன்பம்.

36. சுபகிருது வருட பலன்: துன்பங்கள் ஒழியும். நெல் விளைச்சல் அதிகம் உள்ள இடங்களில் பின் விளைச்சலில் பலன் அடைவர். சுபம்.

37. சோபகிருது வருட பலன்: உலகம் முழுவதும் நல்ல மழை பெய்யும். நல்ல விளைச்சல் கிடைக்கும். மக்கள் கோபத்தை தவிர்த்து ஒருவருக்கு ஒருவர் விட்டு கொடுத்து நகை ஆபரணங் களுடன் மனமகிழ்ச்சியில் வாழ்வார்கள். சுபம்.

38. குரோதி வருட பலன்: மக்களின் மனதை சஞ்சலப் படுத்தும். திருடர்களால் பயம் ஏற்படும். மழை மற்றும் விளைச்சல் குறைவு. துன்பம்.

39. விசுவாவசு வருட பலன்: மக்கள் இறை வழிபாட்டில் கவனம் செலுத்துவர் கால் நடைகள் செழித்து வளரும். மழை பெய்யும். நல்ல விளைச்சல் உண்டு. சுபம்.

40. பராபவ வருட பலன்: மக்கள் மகிழ்ச்சியுடன் வாழ்க்கை நடத்துவார்கள். பின் பருவத்தில் மழை பெய்யும். பின் விளைச்சல் விளையும். சுபம்.

41. பிலவங்க வருட பலன்: மழை அதிகம் பெய்யும். அதனால் வெள்ளம் பெருகும். உலக நாடுகளிடையே வாக்கு

வாதம் மிகுந்து ஒருவருககு ஒருவர் சண்டையிட்டுக் கொண்டு மடிந்து போவார்கள். துன்பம்.

42. கீலக வருட பலன் : மக்கள் மன மகிழ்வுடன் வாழ்வார்கள். நல்ல மழை பெய்யும். நல்ல விளைச்சலும் கிடைக்கும். சுபம்.

43. சௌமிய வருட பலன் : மக்கள் சகல செல்வங்களுடன் மன மகிழ்ச்சியுடன் வாழ்வார்கள். நல்ல மழை பெய்யும். நல்ல விளைச்சல் கிடைக்கும். சுபம்.

44. சாதாரண வருட பலன் : கால்நடைகளின் பால் சுரப்பு குறையும். அதிக மழை பெய்யும். நல்ல விளைச்சல் கிடைக்கும். சுபம்.

45. விரோதிகிருது வருட பலன் : ஆமணக்குச் செடி அதிக அளவு விளையும். மழை அதிகம். விளைச்சல் குறைவு ஏற்படும்.

46. பரிதாபி வருட பலன் : மழை குறைவு. அதனால் விளைச்ச லும் குறைவு. மக்கள் பஞ்சத்தைக் காண்பார்கள். துன்பம்.

47. பிரமோதிச வருட பலன் : மழை அதிகம் பெய்து வெள்ளம் ஏற்படும். நாட்டு மக்கள் சண்டை போட்டுக் கொள்வதுடன் ஒருவருக்கு ஒருவர் ஆயுதங்களால் தாக்கி தனக்குத் தானே அழிவைத் தேடிக் கொள்வர். துன்பம்.

48. ஆனந்த வருட பலன் : கரும்பு பயிரிடுவோர் அதிக அளவு பலன் அடைவார்கள். நல்ல மழையும் அதன் காரணமாக விளைச்சலும் நன்றாக இருக்கும். சுபம்.

49. ராட்சச வருட பலன் : நாட்டில் உணவுப் பஞ்சம் ஏற்படும். மழை குறைவு. விளைச்சலும் குறைவு. துன்பம்.

50. நள வருட பலன் : வட திசை மக்கள் ஒருவருக்கு ஒருவர் குறை கூறிக் கொள்வார்கள். கலகம் ஏற்படும். அரசு படைகளுடன் மக்கள் மோதுவார்கள். இறப்புக்கள் நிகழும். துன்பம்.

51. பிங்கள வருட பலன் : வெள்ள மிகுதியால் மக்கள் அடித்துச் செல்லப்படுவர். அரசு செயல் முடங்கும். தெற்கத்திய பக்கங்களில் நல்ல விளைச்சல் இருக்கும். துன்பம்.

52. கால யுத்தி வருட பலன் : நாட்டின் தெற்கு பகுதியில் நல்ல மழை பெய்யும். விளைச்சல் அதிகம் காணப்படும். மத்திமம்.

53. சித்தார்த்தி வருட பலன் : வட இந்தியாவில் ஆட்சி மாற்றம் ஏற்படும். நமது துன்பத்தை நாமே அனுபவிக்க நேரும். மழை மற்றும் விளைச்சல் குறைவு. மத்திமம்.

5[illegible] [illegible]ரௌத்திரி வருட பலன் : வட நாட்டில் பஞ்சம் ஏற்ட[illegible] பொருட்கள் அழியும். குழந்தைகள் துயரப் படுவ[illegible]ள். மக்கள் மனக் கவலையுடன் அலைவார்கள். மழை ம[illegible]றும் விளைச்சல் குறைவு.

55. துன்மதி வருட பலன் : பின் தங்கிய மக்கள் துயரத்தை அடைவார்கள். வற்றாத ஜீவ நதிகளின் நீர் வளம் குறையும். மழை மற்றும் விளைச்சல் குறைவு. துன்பம்.

56. துந்துபி வருட பலன் : மக்கள் பணம் மற்றும் நகைகளுடன் மிகுந்த மகிழ்ச்சி வெள்ளத்தில் மிதப்பார்கள். நல்ல மழை பெய்யும். தானிய விளைச்சல் அதிகம் இருக்கும். சுபம்.

57. ருத்ரோத்காரி வருட பலன் : பின் மழையும் பின் விளைச்சலும் உண்டாகும். திருடர்களால் பயம் ஏற்படும். மத்திமம்.

58. ரத்தாட்சி வருட பலன் : மக்கள் பயத்தில் இருப்பார்கள். நல்ல மழை பெய்யும். நல்ல விளைச்சல் உண்டு. அரசாங்கத்தில் மக்கள் ஒடுக்கப்படுவர். துன்பம்.

59. குரோதன வருட பலன் : வட நாட்டில் அரசுக்கும் மக்களுக்கும் விரோதம் ஏற்படும். தென் நாடு நல்ல

மழையுடன் நல்ல விளைச்சலையும் காணும். மக்கள் மகிழ்ச்சியடைவார்கள். மத்திமம்.

60. அட்சய வருட பலன் : மழையினால் வெள்ளப் பெருக்கு உண்டாகும். நல்ல விளைச்சல் உண்டாகும். மக்கள் மகிழ்ச்சியுடன் வாழ்வார்கள். சுபம்.

அமைப்பு விதிகள் :

நம்முடைய வீட்டுமனை கோவிலுக்கு பின்புறமிருந்தால் நமது செல்வம் அழிந்து விடும். கோவிலுக்கு வலது பக்கத்தில் இருந்தால் நம்முடைய கைப் பொருட்கள் நாசமாகும். கோவிலுக்கு இடது பக்கமிருந்தால் நமக்கு சதா ஏதாவது ஒரு சஞ்சலம் இருந்து கொண்டே இருக்கும். கோவிலுக்கு எதிரே இருந்தால் சுபிட்சம் இராது.

நம்முடைய மனைக்கு செல்லும் பாதை நேர் மற்றும் பசுக்கள் போய் வருவது வழக்கமாகவும் 36 அடிக்கு குறைவில்லாமலும் இருந்தால் நம்முடைய தீமைகள் அனைத்தும் அழிந்து போகும்.

நம்முடைய வீட்டு மனை கூனிய முதுகுபோல வளைந்து அல்லது முக்கோணமாகவோ வட்டமாகவோ, அறுங்கோண மாகவோ அதிக மேடாகவோ அல்லது அதிக பள்ளமாகவோ இருத்தல் கூடாது. மேற்கூறியபடி இருந்தால் அதிக இன்னல்களை அனுபவிப்பார்கள்.

கோணல் இல்லாமலும் சதுரமாகவும் இருந்தால் நல்லது.

ஏழு நட்சத்திரங்கள் ஒன்றாகும் நாட்கள்

ஏழு நட்சத்திரங்களும் ஞாயிறு முதல் சனி வரை ஒவ்வொரு கிழமையிலும் சந்திக்கின்றன. சந்திக்கும் நட்சத்திரங்களின் விபரம் வருமாறு :

ஞாயிற்றுக்கிழமை - பரணி நட்சத்திரம்

திங்கட் கிழமை - சித்திரை நட்சத்திரம்

செவ்வாய் கிழமை - உத்திராட நட்சத்திரம்

புதன் கிழமை - அவிட்ட நட்சத்திரம்

வியாழக்கிழமை - கேட்டை நட்சத்திரம்

வெள்ளிக் கிழமை - பூராட நட்சத்திரம்

சனிக்கிழமை - ரேவதி நட்சத்திரம்

மேலே கூறியுள்ள கிழமைகளில் அந்த அந்த நட்சத்திரங்களில் நாம் நல்ல காரியங்களை செய்தல் கூடாது. நாம் செய்யும் மங்கள் காரியங்கள் அனைத்திற்கும் எதிரான பலனே கிடைக்கும்.

ஒவ்வொரு மாதமும் மனை கோல கூடாத மற்றும் மங்கள காரியங்களை தவிர்க்க வேண்டிய மாதமும் நாட்களும்

சித்திரை மாதம் மூன்றாம் நாளும் இருபதாம் நாளும்

வைகாசி மாதம் ஒன்பதாம் நாளும் இருபத்தி நாலாம் நாளும்

ஆனிமாதம் எட்டாம் நாளும் இருபதாம் நாளும்

ஆடி மாதம் ஏழாம் நாளும் இருபதாம் நாளும்

ஆவணி மாதம் ஒன்பதாம் நாளும் பதினெட்டாம் நாளும்

புரட்டாசி மாதம் ஒன்பதாம் நாளும் இருபதாம் நாளும்

ஐப்பசி மாதம் மூன்றாம் நாளும் இருபதாம் நாளும்

கார்த்திகை மாதம் எட்டாம் நாளும் பதிநாலாம் நாளும்

மார்கழி மாதம் மூன்றாம் நாளும் இருபதாம் நாளும்

தைமாதம் மூன்றாம் நாளும் பதினைந்தாம் நாளும்

மாசி மாதம் நாலாம் நாளும் இருபத்தி நாலாம் நாளும்

பங்குனி மாதம் மூன்றாம் நாளும் இருபதாம் நாளும்.

ஒவ்வொரு மாதமும் இந்நாட்களில் எந்த மங்கள செயலும் செய்தல் கூடாது. செய்தால் மாறான பலனே கிடைக்கும்.

வீடு கட்டுபவர்களின் ஜென்ம நட்சத்திரத்தில் பார்க்க வேண்டிய ராசி மாதம் மற்றும் சூனிய நாட்களும்.

மேஷராசிக்காரர்களுக்கு சித்திரை மாதம் சூனியம். இவர்கள் சித்திரைமாதம் முதல் எட்டு நாட்கள் கார்த்திகை, அஸ்வினி, பரணி நட்சத்திரங்கள் உள்ள நாட்கள் சூனியமாகும்.

ரிஷபராசிக்காரர்களுக்கு வைகாசி மாதம் சூனியம். இவர்கள் வைகாசி மாதம் ரோகிணி மற்றும் மிருக சீரிஷ நட்சத்திரங்கள் மாதம் தொடங்கியதிலிருந்து பதினைந்து நாட்கள் வரையிலும் கார்த்திகை நட்சத்திரம் மாதம் தொடங்கியதிலிருந்து எட்டு நாட்களலிருந்து மாதம் முடியும் வரை சூனியமாகும்.

மிதுன ராசிக்காரர்களுக்கு ஆனிமாதம் சூனியம். இவர்களுக்கு மாதம் தொடங்கியதிலிருந்து இருபத்தி நான்கு நாட்கள் வரையிலும் புனர்பூசம் மற்றும் திருவாதிரை நட்சத்திரங்கள் இருப்பதால் சூனியமாகும். மேலும் மிருகசீர்ஷ நட்சத்திரம் மாதத்தின் பின் பதினைந்து நாட்களுக்கு சூனியமாகும்.

கடக ராசிக்காரர்களுக்கு ஆடிமாதம் சூனியமாகும். மாதம் தொடங்கி பதினைந்து நாட்களுக்கு பிறகு புனர்பூசம் நட்சத்திரம் வரும காலம் சூனியமாகும்.

சிம்ம ராசிக்காரர்களுக்கு ஆவணிமாதம் சூனியம். மாதம் தொடங்கிய நாளிலிருந்து பதினைந்து நாட்களுக்கு உத்திரம் மற்றும் பூரம் நட்சத்திரம் உள்ள நாட்கள் சூனியமாகும்.

கன்னி ராசிக்காரர்களுக்கு புரட்டாசி மாதம் சூனியமாகும்.

துலாம் ராசிக்காரர்களுக்கு ஐப்பசி மாதம் சூனியமாகும். சித்திரை மாதம் பின் வரும் பதினைந்து நாட்களும் சுவாதி, விசாகம் இவைகளுக்கு மாதத்தின் தொடக்கத்திலிருந்து இருபத்தைந்து நாட்களுக்கும் சூனியமாகும்.

விருச்சிக ராசிக்காரர்களுக்கு விசாக நட்சத்திரத்தின் ஒரு வாரம் கழிந்து மாதம் முழுவதும் கேட்டை மற்றும் அனுஷ நட்சத்திரமும் சூனிய மாதமாகும்.

❏ *வாஸ்து மனையடி சாஸ்திரம்* 17

தனுசு ராசிக்காரர்களுக்கு பூராட நட்சத்திரம் உள்ள நாட்கள் முழுவதும் உத்திரட்டாதி நட்சத்திரம் முதல் 6 நாட்களும் மார்கழி மாதம் முழுவதும் சூனிய மாதமாகும்.

மகர ராசிக்காரர்களுக்கு உத்திரட்டாதி நட்சத்திரம் தொடங்கிய திலிருந்து 6 நாட்கள் கழித்து மாதம் முழுவதும் அவிட்டம் மற்றும் திருவோணம் நட்சத்திரத்தின் முன் பதினைந்து நாட்களும் தை மாதம் முழுவதும் சூனிய மாதமாகும்.

கும்ப ராசிக்காரர்களுக்கு சதயம், பூரட்டாதி மாதம் தொடங்கி இருபத்திஐந்து நாட்கள் வரையிலும் அவிட்ட நட்சத்திரத்தில் மாதம் தொடங்கி பதினைந்து நாட்கள் கழித்து மீதம் உள்ள பதினைந்து நாள் வரையிலும் மாசி மாதம் முழுவதும் சூனிய மாதம் ஆகும்.

மீன ராசிக்காரர்களுக்கு பூரட்டாதி நட்சத்திரம் தொடங்கியதில் இருந்து பதினைந்து நாட்களுக்குப் பிறகு மாதம் முழுவதும் மற்றும் பங்குனி மாதம் முழுவதும் சூனிய மாதமாகும்.

வீடுகட்டத் தக்க மனைதானா?

வீடு கட்ட உத்தேசித்து வாங்கும் மனையின் கிழக்கு மேற்கு திசைகள் நீண்டும் வடக்கு தெற்கு திசைகள் சற்று குறுகலாகவும் இருந்தால் நன்மைகள் பல கிடைக்கும்.

நிலத்தின் கிழக்குப் பக்கமும், வடக்குப் பக்கமும் தாழ்ந்தும் மேற்குப் பக்கம் சற்று உயர்ந்தும் இருந்தால் சுகபோக வாழ்க்கை அமையும்.

வீடு கட்டும் மனை கோணல் இல்லாமலும் வீதியின் உயரத்திற்குச் சமமாக அல்லது சற்று உயரமாகவும் இருப்பது சரிலச் சிறந்தது.

ஆலயம், விவசாய நிலம் ஏத்தக்கால் கிணறு ஆகியவற்றி லிருந்து நாற்பது மீட்டர் தள்ளி நிலம் இருக்க வேண்டும்.

நீர்விட்டுச் சோதித்தல்

வீடு கட்ட வாங்க நினைக்கும் நிலத்தைச் சோதித்துப் பார்க்க வேண்டும்.

மனையின் மத்தியில் அல்லது அதற்குச் சமமான இடத்தில் ஒரு அடி அகலம் ஒரு அடி ஆழம் குழி தோண்டி மாலை சூரியன் மறையும் நேரத்திற்கு அதில் நிறையத் தண்ணீர் விட்டு வர வேண்டும். மறு நாள் சூரிய உதயத்திற்குச் சென்று அந்தக் குழியைப் பார்க்க வேண்டும்.

அப்போது குழியில் விட்ட தண்ணீரில் சிறிதளவு தேங்கி நின்றால் மிகவும் நன்மையளிக்கக் கூடிய மனை. நீரில்லாமல் சேறாக இருந்தாலும் நன்மை அளிக்கக் கூடியதே.

குழியில் விட்ட தண்ணீர் முழுதையும் மண் உறிஞ்சியிருந்தால் வீடுகட்டி வசிப்பவர் தாழ்மை அடைவர்.

நீர் முழுவதும் உறிஞ்சப்பட்டு குழியில் வெடிப்பும் ஏற்பட்டிருந் தால் அந்த மனையில் வீடு கட்டி வசிப்பவர்கள் நோயால் அவதிப்படுவார். அரசாங்கத்தின் தண்டனைக்குள்ளாவார். இத்தகைய மனையை ஒதுக்குவது நல்லது.

மற்றொரு வகை சோதனை

மனையின் பலனை அறிய மற்றொரு முறை. மனையின் ஒரு அடி அகலம் ஒரு அடி ஆழத்திற்குத் தோண்டி மண்ணை வெளியில் எடுக்க வேண்டும்.

வெளியில் எடுத்த மண்ணை மீண்டும் குழியில் போட வேண்டும். வெளியே எடுத்து மீண்டும் குழியில் போட்ட மண் குழி நிரம்பி மீதமிருந்தால் அந்த மனையில் வீடு கட்டி வசிப்பவர் செழிப்புடன் வாழ்வார்.

குழியில் போட்ட மண் சரியாக இருந்தால் அந்த மனையில் வீடுகட்டி வசிப்பவரின் வருமானமும் செலவும் சமமாக இருக்கும். சேமிப்பு இருக்காது.

குழியில் போட்ட மண் குழியை நிரப்பாமல் குறைந்திருந்தால் அந்த மனை வீடுகட்டி வசிக்க லாயக்கற்றது. வீடு கட்டி வசிப்பவர் வறுமையில் உழல்வார்.

மனை மண்நிறம் - சுவை - பலன்

நிலத்தின் மண் வெண்மையாகவும் இனிப்புச் சுவையாகவும், தாமரை மலரின் மணத்துடனும் இருந்தால் அதில் வீடு கட்டி வசிப்பவர் செல்வமும் செல்வாக்கும் பெருகி சுக சௌக்கியங் களுடன் வாழ்வார்கள்.

மண் சிவப்பாகவும், துவர்ப்புச் சுவையாகவும், குதிரையின் மணத்துடன் இருந்தால் அங்கு வீடு கட்டி வசிப்பவர்கள் வீரம் நிறைந்தவராகவும், புகழ் ஓங்கி குபேர சம்பத்துடனும் வாழ்வார்.

மண் பச்சை நிறமாகவும், புளிப்புச் சுவையுடனும் பச்சிலை மணத்துடனும் இருந்தால் அங்கு வீடு கட்டி வசிப்பவர் பொன்னும் பொருளும் பெருகி ஆனந்தமாக வாழ்வார்.

மண் கருப்பு நிறமாகவும் கசப்பும் உப்பும் கலந்த சுவையாகவும், தானியங்களின் மணத்துடனும் இருந்தால் அந்த மனையில் வீடு கட்டி வசிப்பவர் ஒரு குறையுமின்றி லட்சுமி கடாட்சம் பெற்றவராக இருப்பர்.

வீடு கட்டத் தகுதியற்ற மனை

வீடு கட்ட நினைக்கும் மனை வட்டமாகவோ, முக்கோண வடிவிலோ, முறம் போலவோ இருப்பது தகுதியற்றது.

அக்கினி நோக்கம் உள்ள மனையும் வீடு கட்ட தகுதியற்றது.

பாம்பு புத்து உண்டாகிய மனையும் லாயக்கற்றது.

எதிரில் குத்தல் இருப்பதும் ஆகாது.

திசைகளின் பலன்

தென் சார்பாக வடக்குப் பார்த்த வாசல் அமைந்த மனை அறிஞர்க்கு நன்மை உண்டாகும்.

மேல் சார்பாக கிழக்குப் பார்த்த வாசல் அமைந்த மனை அரசாங்கத்தில் பதவி வகிப்போருக்கு நல்ல பலனை அளிக்கும்.

வடக்கு சார்பாக தெற்கு பார்த்த வாசல் அமைந்த மனை தொழில் அதிபர்கள், வணிகர்களுக்குச் சிறப்பை அளிக்கும்.

கிழக்கு சார்பாக மேற்கு பார்த்த வாசல் அமைந்த மனை தொழிலாளிகளுக்குச் செழிப்பை உண்டாக்கும்.

முக்கியமான சில விவரங்கள்

வீடு கட்ட விரும்புவோர் சில முக்கியமான விவரங்களை தெரிந்து கொள்ள வேண்டும். இவை ஜோதிட சம்பந்தமானவை. ஒவ்வொருவரும் சுக போகங்களுடன் வாழ அவர்கள் கட்ட நினைக்கும் வீட்டை கட்டத் தொடங்க அவர்களுடைய ராசியின், நட்சத்திரத்தின் தன்மைகளை அறிய வேண்டும். அவர்களுடைய ஜன்ம ராசிக்கேற்பவே வீடு கட்டுவதற்கான கால்கோள் செய்ய வேண்டும். அப்போதுதான் அவர்களும் அவர்களுடைய குடும்பத்தினரும் ஒரு குறைவின்றி, மகிழ்ச்சியுடன் வாழ முடியும். இதற்கு முதலில் தெரிந்து கொள்ள வேண்டியவை.

கிழமைகள்

1.ஞாயிறு 2.திங்கள் 3.செவ்வாய் 4.புதன் 5.வியாழன் 6.வெள்ளி 7.சனி

மாதங்கள்

சித்திரை, வைகாசி, ஆனி, ஆடி, ஆவணி, புரட்டாசி, ஐப்பசி, கார்த்திகை, மார்கழி, தை, மாசி, பங்குனி.

சுக்கிலபட்சம் (வளர்பிறை) 15 திதி

பிரதமை, துவிதியை, திருதியை, சதுர்த்தி, பஞ்சமி, சஷ்டி, சப்தமி, அஷ்டமி, நவமி, தசமி, ஏகாதசி, துவாதசி, திரியோதசி, சதுர்த்தசி, பௌர்ணமி.

கிருஷ்ண பட்சம் (தேய்பிறை) 15 திதி

பிரதமை, துவிதியை, திருதியை, சதுர்த்தி, பஞ்சமி, சஷ்டி, சப்தமி, அஷ்டமி, நவமி, தசமி, ஏகாதசி, துவாதசி, திரியோதசி, சதுர்த்தசி, அமாவாசை.

நட்சத்திரங்கள் 27

1. அசுவினி 2. பரணி 3. கார்த்திகை 4. ரோகிணி 5. மிருகசீரிசம் 6. திருவாதிரை 7. புனர்பூசம் 8. பூசம் 9. ஆயில்யம் 10. மகம் 11. பூரம் 12. உத்திரம் 13. அஸ்தம் 14. சித்திரை 15. சுவாதி 16. விசாகம் 17. அனுஷம் 18. கேட்டை 19. மூலம் 20. பூராடம் 21. உத்திராடம் 22. திருவோணம் 23. அவிட்டம் 24. சதயம் 25. பூரட்டாதி 26. உத்திரட்டாதி 27. ரேவதி

நாம நட்சத்திரம்

ஒவ்வொருவரும் அவர் பிறந்த நட்சத்திரத்தைக் குறிக்கும் வகையில் சீரும் சிறப்பாக வாழ வேண்டும் என்ற எண்ணத்துடனும் பெயர் சூட்டுவார்கள். ஒரு நட்சத்திரத்தை நான்காகப் பகுத்து அதற்கு ''பாதம்'' என்று பெயரிட்டிருக்கிறார்கள். ஒருவர் பிறந்தது ஒரு நட்சத்திரம் என்றாலும் அவர் அந்த நட்சத்திரத்தின் நான்கு பாதங்களில் ஒன்றில்தான் பிறந்திருக்கிறார். பெயர் சூட்ட வசதியாக ஒவ்வொரு நட்சத்திரத்திற்கும் நான்கு பாதங்களுக்கும் ஒவ்வொரு எழுத்தை அளித்திருக்கிறார்கள்.

ஒருவருக்குப் பிறந்த நட்சத்திரம் தெரியாதிருக்கலாம். அவருடைய நட்சத்திரத்தை பெயரின் முன் எழுத்தைக் கொண்டு கண்டு பிடித்துவிடலாம்.

நாம நக்ஷத்திரங்கள் கணம் ரஜ்ஜு

நக்ஷத்திரம்	நக்ஷத்திர நாம அசுரங்கள்	கணம் ரஜ்ஜு
அசுவினி	சு சே சோ லா	தேவ பாதம்
பரணி	லி லூ லே லோ	மனு தொடை
கார்த்திகை	அ இ ஊ ஏ	ராக்ஷ தொப்புள்
ரோகிணி	ஒ வ வி வூ	மனு கண்டம்
மிருகசீரிடம்	வே வோ கா கி	தேவ சிரசு
திருவாதிரை	கு க ஞ ச்சா	மனு கண்டம்
புனர்பூசம்	கே கோ ஹ ஹி	தேவ தொடை
பூசம்	ஹீ ஹே ஹோட	ஷ தொப்புள்
ஆயில்யம்	டி டு டே டோ	ராக்ஷ பாதம்
மகம்	ம மி மு மே	ராக்ஷ பாதம்
பூரம்	மோ ட டி டு	மனு தொடை
உத்திரம்	டே டோ பபி	மனு தெப்புள்
அஸ்தம்	பு ஷ ண ட	தேவ கண்டம்
சித்திரை	பே போ ர ரி	ராக்ஷ சிரசு
சுவாதி	ரு ரே ரோ தா	தேவ கண்டம்
விசாகம்	தீ து தே தோ	ராக்ஷ தொப்புள்
அனுஷம்	ந நி நு கே	தேவ தொப்புள்
கேட்டை	நோ ய யி யு	ராக்ஷ பாதம்
மூலம்	யே யோ ப பி	ராக்ஷ பாதம்
பூராடம்	பு த ப ட	மனு தொடை

உத்திராடம்	பே போ ஜ ஜி	மனு தொப்புள்
திருவோணம்	கி கு கே கோ	தேவ கண்டம்
அவிட்டம்	க கி கு கே	ராக்ஷ சிரசு
சதயம்	கோ ஸ ஸி ஸீ	ராக்ஷ கண்டம்
பூரட்டாதி	ஸே ஸோ த தி	மனு தொப்புள்
உத்திரட்டாதி	து ஸ ச த	மனு தொடை
ரேவதி	தே தோ ச சி	தேவ பாதம்

ராசிகள் 12

1.மேஷம் 2.ரிஷபம் 3.மிதுனம் 4.கடகம் 5.சிம்மம் 6.கன்னி 7.துலாம் 8.விருச்சிகம் 9.தனுசு 10.மகரம் 11.கும்பம் 12.மீனம்

கிரகங்கள் 9

1.சூரியன் 2.சந்திரன் 3.செவ்வாய் 4.புதன் 5.வியாழன் (குரு) 6.சுக்கிரன் 7.சனி 8.ராகு 9.கேது

திசைகள் காவலர்கள்

திசைகள் 8 ஒவ்வொரு திசைக்கும் ஒரு காவலர்

திசை	காவலர்
1. கிழக்கு	இந்திரன்
2. தென்கிழக்கு	அக்கினி
3. தெற்கு	இயமன்
4. தென்மேற்கு	நிருதி
5. மேற்கு	வருணன்
6. வடமேற்கு	வாயு
7. வடக்கு	குபேரன்
8. வடகிழக்கு	ஈசானன்

மாதம் ராசி, ராசி விளக்கம்

<table>
<tr><td>12
பங்குனி
மீனம்
உபய ராசி</td><td>1
சித்திரை
மேஷம்
ஸ்திர ராசி</td><td>2
சித்திரை
மேஷம்
ஸ்திர ராசி</td><td>3
ஆனி
மிதுனம்
உபய ராசி</td></tr>
<tr><td>11
மாசி
கும்பம்
ஸ்திர ராசி</td><td colspan="2" rowspan="2">கிழக்கு
வடக்கு   தெற்கு
மேற்கு</td><td>4
ஆடி
கடகம்
சர ராசி</td></tr>
<tr><td>10
தை
மகரம்
சர ராசி</td><td>5
ஆவணி
சிம்மம்
ஸ்திர ராசி</td></tr>
<tr><td>9
மார்கழி
தனுசு
உபய ராசி</td><td>6
புரட்டாசி
கன்னி
உபய ராசி</td><td>7
ஐப்பசி
துலாம்
சர ராசி</td><td>8
கார்த்திகை
விருச்சிகம்
ஸ்திர ராசி</td></tr>
</table>

மனைகோலச் சிறந்த மாதங்கள்

சித்திரை, ஆடி, ஆவணி, ஐப்பசி, தை, மாசி ஆகிய மாதங்கள் மனைகோலுவதற்குச் சிறந்தவை. இந்த மாதங்களில் வீடு கட்டுவதற்காக மனை கோலினால் உத்தமமான, உயர்ந்த பலன் ஏற்படும்.

வைகாசி, கார்த்திகை மாதங்களில் மனைகோலினால் சிறந்த அனுகூலமான பலனை அளிக்கும்.

மனைகோலப் பொருத்தமற்ற மாதங்கள்

ஆனி, புரட்டாசி, மார்கழி, பங்குனி மாதங்கள் மனைகோல ஏற்றதல்ல. இந்த மாதங்களில் மனைகோலினால் வீடு கட்டி முடிப்பது மிகச் சிரமமாகி விடும். பலரின் விரோதம், மனக் கலக்கம், கவலை இழப்பு முதலியவையும் ஏற்படும்.

நல்ல சகுனம்

முகூர்த்தம் நிச்சயித்து மனைகோல கொத்தனாரை அழைத்துக் கொண்டு புறப்படும்போது சுமங்கலி, எதிரில் வருவது எடுத்த காரியம் சுபமாக முற்றுப் பெறும். மற்றும் நிறைகுடம், பால்குடம், தயிர்க்குடம், அன்னப்பறவை, காக்கை, கோழி, கொக்கு ஆகியவை எதிர்ப்பட்டாலும் நல்ல பலன் கிடைக்கும்.

மனையில் நிற்கும் போது காணும் சகுனம்

கொத்தனாரும் மனைக்குச் சொந்தக்காரரும் சென்று மனை முகூர்த்தம் செய்ய நிற்கும்போது, காணும் சகுனங்களைக் கவனிக்க வேண்டும்.

முதலில் பல்லி வலப்பக்கம் சொன்னால் நல்லது. பிறகு இடது பக்கம் சொன்னால் மனைவி, மக்களுடன் மகிழ்ச்சியுடன் வாழ்வார்கள். அரசாங்கத்தின் உதவியும், ஆதரவும் இருக்கும்.

வெள்ளைப்புறா, வெள்ளைப் பசு, வெள்ளைக் காளை இவற்றைப் பார்த்தாலும் நன்மை உண்டாகும்.

பால், நெய், தண்ணீர், புதுப் புடவை, மணமாகி கணவனுடன் வாழ்ந்து வரும் பெண்; யானை, குதிரை ஆகியவற்றைப் பார்த்தாலும் நல்லது.

கெட்ட சகுனம்

கொத்தனாரும் மனையின் சொந்தக்காரரும் மனையில் முகூர்த்தம் செய்ய வந்து நிற்கும்போது எறும்புகள் தாறுமாறாகச் சிதறி ஓடுவது நல்லது அல்ல.

வண்டுகள் நிலத்தை துளைத்தாலும் ஓணான் எதிரே ஓடி வந்தாலும் கெடுதலே.

மனையில் கிடைக்கும் பொருள்களின் பலன்

நல்ல முகூர்த்தத்தைத் தேர்ந்தெடுத்து மனையின் நடுவில் சென்றுப் பார்க்க வேண்டும்.

அப்போது,

தவளை, அரனை, பல்லி, சிலந்தி, நண்டு ஆகியவை கிடைத்தால் உத்தமம்.

புதையல் பசுவின் கொம்பு, பஞ்ச லோகம் முதலியவை கிடைத்தால் சிறப்பு.

மனையில் செல்லப் பார்க்கும் போது, மரத் துண்டுகள், சுள்ளிகள் காணப்பட்டால் மனையின் உரிமையாளர் குடும்பம் சரிந்து விடும்.

உமி காணப்பட்டால், கடும் சோதனை பொருள் இழப்பு போன்றவை ஏற்படும்.

கரி கிடைத்தால் நோயும், மருத்துவச் செலவு போன்றவை உண்டாகும்.

எறும்பு, தேள், கறையான், பிராணிகளின் முட்டை, தலைமயிர் ஆகியவற்றில் எது அகப்பட்டாலும் தீமையே ஏற்படும்.

பாம்பு, உடும்பு, தேள், ஆமை, பூரான் தென்பட்டால் அந்த மனையில் வீடு கட்டி வசித்தால் தீ விபத்துக்குள்ளாகவும் வீடும் பொருளும் தீயால் நாசமாகிவிடும்.

இராகு, குளிகை, எமகண்டம், வாரசூலை

வாரம்	ராகு காலம்	குளிகை காலம்	எம கண்டம்	வாரசூலை	பரிகாரம்
ஞாயிறு	4.30-6	3-4.30	12.00-1.30	மேற்கு	வெல்லம்
திங்கள்	7.30-9	1.30-3	10.30-12	கிழக்கு	தயிர்
செவ்வாய்	3-4.30	12-1.30	9-10.30	வடக்கு	பால்

புதன்	12-1.30	10.30-12	7.30-9	வடக்கு பால்
வியாழன்	1.30-3	9-10.30	6-7.30	தெற்கு எண்ணெய்
வெள்ளி	10.30-12	7.30-9	3-4.30	மேற்கு வெல்லம்
சனி	9-10.30	6-7.30	1.30-3	கிழக்கு தயிர்

யோக பலன்

முனை அடி கோல, கிரகப் பிரவேசம் செய்ய புது மனை புக - வஜ்ரம், பரிசம், வித்பாதம், வியாகாதம், வைதிருதி, கண்டம், சூலம், சதிகண்டம், விஷ்சம்பம் ஆகிய ஒன்பது யோகமும் ஆகாது.

மற்ற பதினெட்டு யோகமும் நன்மை செய்யக் கூடியவை. உத்தமமானவை.

நட்சத்திரத்திற்கும் யோகத்திற்கும் மிசை அறிவதற்குரிய பலனைக் காணுதல்.

அசுவினி	-	அரிகளம்
ரோகிணி	-	பிரிதி
புனர்பூசம்	-	வியதி பாதம்
மகம்	-	சோபனம்
அஸ்தம்	-	சிவம்
விசாகம்	-	திருதி
பரணி	-	விஷ்சம்பம்
மிருகசீரிஷம்	-	சித்தி
பூசம்	-	சௌபாக்யம்
பூரம்	-	பரிசம்
சித்திரை	-	சுபசர்பம்
அனுஷம்	-	சாத்தியம்
கார்த்திகை	-	வச்சிரம்
திருவாதிரை	-	ஆயுஷ்மான்
ஆயில்யம்	-	வரியான

உத்திரம்	-	அதிகண்டம்
சுவாதி	-	சித்தசம்
கேட்டை	-	சூலம்
மூலம்	-	சுபம்
திருவோணம்	-	விருத்தி
பூரட்டாதி	-	ஐங்கரம்

இந்த பத்தாம் நட்சத்திரம் யோகத்திற்கு தனம் 4.

பூரட்டாதி	-	கண்டம்
அவிட்டம்	-	பிரம்மம்
உத்திரட்டாதி	-	விவாகம்

இந்த ஆறாம் நட்சத்திரம் யோகத்திற்கு தனம் 19

சதயம்	-	துருவம்
ரேவதி	-	வைதிகம்

இந்த ஒன்பதாம் நட்சத்திரம் யோகத்திற்கு தனம் 12

நட்சத்திரத்திற்கும் யோகத்திற்கும் தாரா பலன்

அசுவினி	-	பேசி தாரம
ரோகிணி	-	கரி தாரம்
புனர்பூசம்	-	பேசி தாரம்
மகம்	-	கரி தாரம்
அஸ்தம்	-	பேசி தாரம்
விசாகம்	-	கரி தாரம்
மூலம்	-	பேசி தாரம்
திருவோணம்	-	கரி தாரம்
பூரட்டாதி	-	பேசி தாரம்
பரணி	-	கரி தாரம்
மகம்	-	பேசி தாரம்
சித்திரை	-	கரி தாரம்
அனுஷம்	-	பேசி தாரம்

பூராடம்	-	கரி தாரம்
கிருத்திகை	-	பேசி தாரம்
திருவாதிரை	-	கரிதாரம்
ஆயில்யம்	-	பேசி தாரம்
உத்திரம்	-	கரிதாரம்
சுவாதி	-	பேசி தாரம்
கேட்டை	-	கரி தாரம்
உத்திராடம்	-	பேசி தாரம்
சதயம்	-	கரி தாரம்
ரேவதி	-	பேசி தாரம்

இவ்விதம் பரணி முதல் ஒன்பது நட்சத்திரத்திற்கும் சொன்னபடி எண்ணி யோகத்தைத் தெரிந்து கொள்ளுங்கள்.

கரண பலன்

பவம், பாலவம், கௌலவம், தைதுலை நான்கும் உத்தமம்.

சாகை வணிகை இரண்டும் மத்திமம்.

விஷபு, சகுனி, நாகவம், சதுஷ்பாதம், சிமிஸ் துக்கினம் ஐந்தும் ஆகாதவை.

நட்சத்திரங்கள் - செயல்கள்

உலகில் ஒவ்வொருவரும் ஒரு குறிப்பிட்ட நட்சத்திரத்தின் நான்கு பாதங்களில் ஒன்றில் பிறக்கிறார்கள். அவர்கள் பிறந்த நட்சத்திரம் தங்கியுள்ள இடம்தான் அவர்களுடைய ராசி.

பிறந்த நட்சத்திரமோ ராசியோ தெரியாதவர்கள் நாம நட்சத்திரத்தைப் பார்த்துத் தெரிந்து கொள்ளலாம். அவர்களின் பெயரின் முதல் எழுத்தை நட்சத்திரத்தைக் கண்டு பிடித்தால், ராசியையும் தெரிந்து கொள்ளலாம்.

நட்சத்திரங்களின் குணங்களை அறிந்து நல்லவையாக உள்ளவற்றில் நல்ல காரியங்களைத் தொடங்க வேண்டும்.

கௌரி பஞ்சாங்கம்

சூரிய உதயம் 6 மணிக்கு ஆகும் நிர்மாணப்படி கீழ்காணும் மணி முகூர்த்தம் பிரதி தினம் பகல் இரவு 8 முகூர்த்தமாக பாவித்து முகூர்த்தம் 1-க்கு மணி 1.30 ஆக பாவிக்கவும். உத்தியோகம், லாபம், அமிர்தம், சுகம் தனம் சுபமாகவும், விஷம் ரோகம், சோரம் அசுபமாகவும் அறியவும்.

மணி	ஞாயிறு		திங்கள்		செவ்வாய்		புதன்		வியாழன்		வெள்ளி		சனி	
	பகல்	இரவு	பகல்	இரவு	பகல்	இரவு	பகல்	இரவு	பகல்	இரவு	பகல்	இரவு	பகல்	இரவு
6-7.30	உத்தி	தன	அமிர்	சுகம்	ரோக	சோர	லாப	உத்தி	தன	அமிர்	சுக	ரோக	சோர	லாப
7.30-9	அமிர்	சக	விஷ	ஷோக	லாப	உத்தி	தன	அமிர்	சுகம்	விஷ	சோர	லாப	உத்தி	தன
9-10.30	ரோக	சோர	ரோக	உத்	தன	விஷம்	சுகம்	ரோக	சோர	ரோக	உத்தி	தன	விஷ	சுகம்
10.30-12	லாபம்		விஷ	லாப	அமி	சுகம்	அமிர்		சோர	லாப	விஷம்	சுக	அமி	சோர
12-1.30	தனம்	உத்தி	தன	விஷ	சோர	ரோக	விஷ	தனம்	அமி	தன	அமிர்	சோர	ரோக	உத்
1.30-3	சுகம்	அமிர்	சுக	ரோக	உத்தி	லாப	உத்தி	சுகம்	விஷ	சுகம்	ரோக	உத்தி	லாப	விஷ
3-4.30	சோர	ரோக	சோர	லாப	விஷ	தனம்	அமி	சோர	ரோக	சோர	லாப	விஷ	தன	அமி
4.30-6	விஷ	லாபம்	உத்தி	தன	அமி	சுகம்	ரோக	விஷ	லாப	உத்தி	தன	அமிர்	சுக	சோர

நட்சத்திரங்களின் மூவகை

1. மேல்நோக்கு நட்சத்திரங்கள்

ரோகிணி, திருவாதிரை, பூரம், உத்திரம், உத்திராடம, உத்திரட்டாதி, திருவோணம, அவிட்டம், சதயம் ஆகிய நட்சத்திரங்கள்.

இந்த நட்சத்திரங்களில் வாசற்கால், தூண், சுவர் முதலியன வைக்கலாம்.

2. பக்க நோக்கு நட்சத்திரங்கள்

அசுவினி, மிருகசீரிஷம், புனர்பூசம், அஸ்தம், சித்திரை, சுவாதி, அனுஷம், கேட்டை, ரேவதி ஆகிய நட்சத்திரங்கள் சுவர் வைக்க சிறந்த நட்சத்திரங்கள்.

3. கீழ்நோக்கு நட்சத்திரங்கள்

பரணி, கிருத்திகை, ஆயில்யம், மகம், பூரம், விசாகம், மூலம், பூராடம், பூரட்டாதி ஆகிய நட்சத்திரங்கள்.

மனை கோல சிறந்த நட்சத்திரங்கள்

மிருக சீரிஷம், பூசம், உத்திரம், அஸ்தம், சித்திரை, அனுஷம், உத்திராடம், திருவோணம், அவிட்டம், சதயம், உத்திரட்டாதி ஆகியவை சிறப்புடையவை.

நட்சத்திரங்கள் ஆகாத கிழமைகள்

ஞாயிறு	-	பரணி
திங்கள்	-	சித்திரை
செவ்வாய்	-	உத்திராடம்
புதன்	-	அவிட்டம்
வியாழன்	-	கேட்டை
வெள்ளி	-	பூராடம்
சனி	-	ரேவதி

இந்த நாட்களில் மனை கோலக் கூடாது. தீமை ஏற்படும். திதிகளின் பலன்.

பிரதமை	-	மத்திமம்
துதியை	-	நன்மை
திருதியை	-	வெற்றி
சதுர்த்தி	-	மத்திமம்
பஞ்சமி	-	மக்களால் நன்மை
சஷ்டி	-	மத்திமம்
சப்தமி	-	அதிர்ஷ்டம்
அஷ்டமி	-	வளர்பிறை நல்லது தேய்பிறை தீமை
நவமி	-	இழப்பு
தசமி	-	ஏற்றமான நாள்
ஏகாதசி	-	கௌரவக் குறைவு
துவாதசி	-	புதுப்பொருள் கிடைக்கும்
திரியோதசி	-	செல்வப் பெருக்கம்
சதிர்த்தசி	-	இழப்பு

மாதபலன்

சித்திரை	-	தனலாபம்
வைகாசி	-	நன்மை
ஆனி	-	மரண பயம்
ஆடி	-	இழப்பு
ஆவணி	-	உறவினர்களால் நன்மை
புரட்டாசி	-	பொருள் இழப்பு
ஐப்பசி	-	கலகம்
கார்த்திகை	-	பொருள் வரவு
மார்கழி	-	தோல்வி, பயம்

தை	-	தீ விபதது
மாசி	-	செல்வச் சேர்க்கை
பங்குனி	-	ஆபரணம் சேருதல்

யோக பலன்

சுபம், பிரீதி, ஐந்திரம், சாத்தியம், சிவம், சுப்பிரம், சௌபாக்கியம், ஆயுசுமான், துருவம், சுகர்மம், சோபனம், சித்தம், புராமிய ஆகிய யோகங்கள் நன்மை செய்யக் கூடியவை.

வியாகரதம், கண்டம், ஆதிகண்டம், விஷ்கம்பம், வச்சிரம், சூலம், வியாதி, பாதம், வைதிருதி, பரீதம் ஆகியவை தீமை செய்யக் கூடியவை.

அமிர்தயோகம், சித்தயோகம் நல்ல பலனைக் கொடுக்கும்.

மரணயோகம் தீமை செய்யும்.

கரண பலன்

பவம், பாலவம், கௌலவம், தைதுலை, காசை, பத்திரை ஆகிய காரணங்கள் நல்ல பலனைக் கொடுக்க கூடியவை.

சகுனி, நாகவம், சதுஷ்பாவம், சிமிஸ்துக்கினம், சனவ¡ரி ஆகிய சரணங்கள் தீய பலனைக் கொடுப்பவை.

கண பலன்

தேவ கணமும், மனித கணமும் வந்தால் ஏற்றமாக இருக்கும்.

ராட்சச கணமும் தேவ கணமும் வந்தால் விரோதமும் வேதனையும் உண்டாகும்.

பத்து பொருத்தங்கள்

பொருத்தம் பார்க்க மனையின் அகலம், நீளம் இரண்டையும் கஜக்கோலால் 90 செ.மீ அல்லது 36 அங்குலம் கொண்ட ஒரு நீளக் கோலால் தனித்தனியே அளந்து கொள்ள வேண்டும். நீளம் அகலத்தைப் பெருக்கி வந்த தொகை குழியாகும். அதை துருவம் என்றும் அழைப்பார்கள்.

1. கர்ப்பப் பொருத்தம்

குழியின் மொத்த தொகையை எட்டால் பெருக்கி, எட்டால் வகுத்து மிச்சம் வந்தால் அதற்கான பலனையும் மீதம் வராவிட்டால் எட்டு என்று வைத்துக் கொண்டு அதற்கான பலனை அறியவும்.

மீதம் 1	கருட கர்ப்பம் - அதிக செல்வம் சேரும்
மீதம் 2	புறாக் கர்ப்பம் - வீண் அலைச்சல்
மீதம் 3	சிங்க கர்ப்பம் - திரவிய லாபம்
மீதம் 4	நாய் கர்ப்பம் - கள்ளர் பயம், தீமை
மீதம் 5	சுப கர்ப்பம் - பொருள் வரவு
மீதம் 6	காக்கை கர்ப்பம் - தரித்திரம், தீமை
மீதம் 7	யானை கர்ப்பம் - செல்வச் சேர்க்கை
மீதம் 8	கழுதை கர்ப்பம் - காரியத்தில் தோல்வி

2. ஆதாயப் பொருத்தம்

மொத்தக் குழியை எட்டால் பெருக்கி பன்னிரண்டால் வகுத்து மீதம் வருவதே ஆதாயம்.

மீதம் 1	செல்வப் பெருக்கம்
மீதம் 2	பொருள் வரவு
மீதம் 3	புகழ்

மீதம் 4	உடல் நலம்
மீதம் 5	தானியம் செழித்தல்
மீதம் 6	அறிவு விருத்தி
மீதம் 7	சுபம் நடைபெறும்
மீதம் 8	வெற்றி
மீதம் 9	மங்களம் உண்டாகும்
மீதம் 10	எடுத்த காரியங்கள் வெற்றி
மீதம் 11	நன்மை உண்டாகும்
மீதம் 12	கீர்த்தி செல்வம் பெருகும்

3. விரயப் பொருத்தம்

மொத்தக் குழியை ஒன்பதால் பெருக்கி, பத்தால் வகுத்து மீதம் வருவது விரயம். மீதம் வராவிட்டால் மீதம் பத்தாகக் கருத வேண்டும்.

மீதம் 1	செல்வம் குறைதல்
மீதம் 2	தீ விபத்து
மீதம் 3	உயர்வு
மீதம் 4	குடும்ப விருத்தி
மீதம் 5	விரயம்
மீதம் 6	ஆரோக்யம்
மீதம் 7	ஏழ்மை, வறுமை
மீதம் 8	செல்வச் சிறப்பு
மீதம் 9	புத்திரர் இழப்பு
மீதம் 10	நல்ல பலன்

4. வாரப் பொருத்தம்

குழியை ஏழால் பெருக்கி ஏழால் வகுத்து வந்த மீதம் இருந்தால், இல்லாமல் போனால் மீதம் ஏழாக வைத்துக் கொள்ளவும்.

மீதம் 1	ஞாயிறு - தீமை
மீதம் 2	திங்கள் - நன்மை
மீதம் 3	செவ்வாய் - தீமை
மீதம் 4	புதன் - லட்சுமி கடாட்சம்
மீதம் 5	வியாழன் - குடும்ப முன்னேற்றம்
மீதம் 6	வெள்ளி - அஷ்ட ஐஸ்வரியம்
மீதம் 7	சனி - கலகம், சச்சரவு

5. திதிப் பொருத்தம்

மொத்தம் குழியை ஒன்பதால் பெருக்கி முப்பதால் வகுத்து வந்த மீதி அல்லது மீதமில்லா விட்டால் மீதம் 30 ஆகவே வைத்துக் கொள்ளவும்.

மீதம் 1	பிரதமை - தீமை
மீதம் 2	துதியை - பொருள் சேர்க்கை
மீதம் 3	திரிதியை - லாபம்
மீதம் 4	சதுர்த்தி - கவலை
மீதம் 5	பஞ்சமி - உறவினர் வரவு
மீதம் 6	சஷ்டி - குடும்பத்தில் நல்லது
மீதம் 7	சப்தமி - மகிழ்ச்சி
மீதம் 8	அஷ்டமி - வறுமை
மீதம் 9	நவமி - தடங்கல்

மீதம் 10	தசமி - செல்வச் சேர்க்கை
மீதம் 11	ஏகாதசி - துன்பம்
மீதம் 12	துவாதசி - பூமி லாபம்
மீதம் 13	திரியோதசி - மகிழ்ச்சி
மீதம் 14	சதுர்த்தி - இழப்பு
மீதம் 15	பௌர்ணமி - நன்மை

தேய்பிறை - அமர பட்சம்

மீதம் 1	பிரதமை - தீமை
மீதம் 2	துதியை - நன்மை
மீதம் 3	திரிதியை - தசம்
மீதம் 4	சதுர்த்தி - தோல்வி
மீதம் 5	பஞ்சமி - முன்னேற்றம்
மீதம் 6	சஷ்டி - மக்களால் நன்மை
மீதம் 7	சப்தமி - சுபம்
மீதம் 8	அஷ்டமி - நோய்
மீதம் 9	நவமி - தீமை
மீதம் 10	தசமி - லட்சுமி கடாட்சம்
மீதம் 11	ஏகாதசி - தீமை
மீதம் 12	துவாதசி - ஆபரணலாபம்
மீதம் 13	திரியோதசி - செல்வச் சேர்க்கை
மீதம் 14	சதுர்த்தி - தரித்திரம்
மீதம் 15	அமாவாசை - நல்ல பலன்

6. நட்சத்திரப் பொருத்தம்

மொத்தக் குழியை எட்டால் பெருக்கி இருபத்தி ஏழால் வகுத்து மீதம் வந்தால் - மீதம் வராவிட்டால் இருபத்தி ஏழே மீதமாக வைத்துக் கொள்ளவும்.

மீதம் 1	அசுவனி - வெற்றி, பொருள் சேர்க்கை
மீதம் 2	பரணி - அலைச்சல், அகால போஜனம்
மீதம் 3	கிருத்திகை - தீயால் அபாயம்
மீதம் 4	ரோகிணி - வெற்றி திருப்தி
மீதம் 5	மிருகசீரிஷம் - விரோதம், வழக்கு
மீதம் 6	திருவாதிரை - தெய்வ அருள்
மீதம் 7	புனர்பூசம் - தன வரவு
மீதம் 8	பூசம் - பெரியோர் சந்திப்பு
மீதம் 9	ஆயில்யம் - காரிய தாமதம்
மீதம் 10	மகம் - இடையூறு, தாமதம்
மீதம் 11	பூரம் - வீண் அலைச்சல், சோகம்
மீதம் 12	உத்திரம் - நண்பர்கள், அரசு உதவி
மீதம் 13	அஸ்தம் - விரோதம்
மீதம் 14	சித்திரை - நோய்
மீதம் 15	சுவாதி - தனலாபம்
மீதம் 16	விசாகம் - தீமை, வழக்கு
மீதம் 17	அனுஷம் - உடல் சுகம், பொருள் வரவு
மீதம் 18	கேட்டை - விரோதம்
மீதம் 19	மூலம் - நோய், தீமை
மீதம் 20	பூராடம் - இழப்பு

□ *வாஸ்து மனையடி சாஸ்திரம்* 39

மீதம் 21	உத்திராடம் - தசம்
மீதம் 22	திருவோணம் - மக்களால் நன்மை
மீதம் 23	அவிட்டம் - வறுமை, வேதனை
மீதம் 24	சதயம் - தனலாபம்
மீதம் 25	பூரட்டாதி - புத்திரசோகம்
மீதம் 26	உத்திரட்டாதி - யோக பாக்கியம்
மீதம் 27	ரேவதி - நோய், துன்பம்

7. ராசிப் பொருத்தம்

மொத்தக் குழியை பன்னிரண்டால் வகுத்து மீதம் வந்தால், மீதம் வராவிட்டால் பன்னிரண்டாக வைத்துக் கொள்ளவும்.

மீதம் 1	மேஷம் - குடும்ப விருத்தி
மீதம் 2	ரிஷபம் - நன்மை
மீதம் 3	மிதுனம் - மத்திமம்
மீதம் 4	கடகம் - மகிழ்ச்சி
மீதம் 5	சிம்மம் - செல்வம், கவர்ச்சி
மீதம் 6	கன்னி - ஆயுள் விருத்தி
மீதம் 7	துலாம் - போகசுகம்
மீதம் 8	விருச்சிகம் - நன்மை
மீதம் 9	தனுசு - தனலாபம்
மீதம் 10	மகரம் - பொருள் வரவு
மீதம் 11	கும்பம் - நற்பயன்
மீதம் 12	மீனம் - காரிய தாமதம்

அங்கீசப் பொருத்தம்

மொத்த குழியை ஒன்பதால் வகுத்து மீதம் வராவிட்டால் ஒன்பதே மீதமாக வைத்துக் கொள்ளவும்.

மீதம் 1	புதன் - தனலாபம்
மீதம் 2	ராகு - இன்பம் துன்பம் கலந்த பலன்
மீதம் 3	செவ்வாய் - விரோதம், சச்சரவு
மீதம் 4	சனி - கலகம், தீமை
மீதம் 5	சந்திரன் - போக சுகம்
மீதம் 6	சுக்கிரன் - உத்தமம்
மீதம் 7	சூரியன் - அலைச்சல், தோல்வி
மீதம் 8	குரு - தனலாபம்
மீதம் 9	கேது - வெற்றி

யோனிப் பொருத்தம்

மொத்தக் குழியை எட்டால் வகுத்து மீதம் வராவிட்டால் எட்டே மீதமாக வைத்துக் கொள்ளவும்.

மீதம் 1	சிங்கம் - வெற்றி நன்மை
மீதம் 2	எலி - இழப்பு
மீதம் 3	கருடன் - செல்வம் சேர்க்கை
மீதம் 4	நாய் - நோய், தீமை
மீதம் 5	யானை - வெற்றி
மீதம் 6	பூனை - கலகம்
மீதம் 7	பாம்பு - நன்மை
மீதம் 8	முயல் - தரித்திரம்

❏ *வாஸ்து மனையடி சாஸ்திரம்*

ஆயுள் பொருத்தம்

மொத்தக் குழியை 100ஆல் வகுத்து மீதம் 1 முதல் 33 வரை வந்தால் தீமை. 34 முதல் 66 வரை வந்தால் மத்திமம். 67 முதல் 100 வரை வந்தால் நல்ல பலன்.

லக்கின பலன்

மனை அடிகோல நிர்ணயிக்கும் லக்கினம் கணிக்கப்படும். அப்போது கிரகங்களின் அமைப்பைக் கொண்டு மனையின் பலனை அறியலாம்.

லக்கினத்திற்கு 42 அல்லது 108ஆம் இடத்தில் குரு, சனி போன்ற கிரகங்கள் அமர்ந்திருந்தால் அந்த வீடு 100 ஆண்டுகளுக்கு மேல் செல்வச் செழிப்புடன் வாழ வைக்கும்.

லக்கினத்தில் 10ஆம் இடத்தில் சுக்கிரனும், மூன்றாம் இடத்தில் புதனும் ஒரு அஸ்தமனத்திலும் இருக்கும் போது மனை அடிகோலி வீடு கட்டினால் வீடு 600 ஆண்டுகளுக்கு மேலும் வீட்டின் சொந்தக்காரரை செல்வச் சீமானாகவும் கௌரவம் மிகுந்த மனிதராகவும் வைத்திருக்கும்.

லக்னத்தில் சுக்கிரன், ஏழில் குரு, பத்தில் சந்திரன் இருக்கும் போது மனை அடிகோலி வீடு கட்டினால் அந்த வீடு ஆயிரம் ஆண்டுகள் நிலைத்து நின்று, வீட்டில் சொந்தக்காரரை சுகபோகத்துடன் வாழ வைக்கும்.

வாஸ்து புருஷன்

வாஸ்து புருஷன் வானவரும், பெரியோரும் வணங்கத் தக்கவர். அவரே பூமியின் அதிபர் ஒரு முகம், இரண்டு கைகள். அழகான உயர்ந்த ஜடாமகுடம் தரித்தவர். ஒரு கையில் வாளும், மற்றொரு கையில் கேடயமும் வைத்திருப்பார். அவர்தான் பூமியை பன்னிரண்டு ராசிகளாகப் பகுத்தவர்:

வஸ்து புருஷன் அந்தந்த மாதம் அந்த மாதத்திற்குரிய ராசியில் தலை வைத்து அதற்கு ஏழாவது ராசியில் கால்களை நீட்டி, இடக்கையைத் தலைக்குக் கீழே வைத்து வலக்கை மேலே வைத்துக் கொண்டு படுத்திருப்பார். அதாவது வாஸ்து புருஷன், மீனம் (பங்குனி) மேஷம் (சித்திரை) ரிஷபம் (வைகாசி) ஆகிய மூன்று ராசிகளில் கிழக்கு திசையில் தலை வைத்து, கன்னி (புரட்டாசி) துலாம் (ஐப்பசி) விருச்சிகம் (கார்த்திகை) ஆகிய ராசிகளில் மேற்கு திசையில் கால்களை நீட்டிக் கொண்டிருப்பார்.

மிதுனம் (ஆனி) கடகம் (ஆடி) சிம்மம் (ஆவணி) ராசிகளில் தெற்கு திசையில் தலை வைத்தும் தனுசு (மார்கழி) மகரம் (தை) கும்பம் (மாசி) ஆகிய ராசிகளில் வடக்கு திசையில் கால்களை நீட்டிப் படுத்திருப்பார்.

வாஸ்து புருஷன் சித்திரை, வைகாசி, ஆடி, ஆவணி, ஐப்பசி, கார்த்திகை, தை, மாசி ஆகிய எட்டு மாதங்களில் நித்திரை நீங்கி விழித்து எழுவார். மூன்றே முக்கால் நாழிகையே அவர் விழித்திருந்து தன் வேலைகளைச் செய்வார். அந்த நேரத்தில் மனை அடிகோலுவதும், கட்டடம் கட்டுவதும் நன்மையைச் செய்யும்.

வாஸ்து புருஷன் விழித்திருக்கும் மாதம், நாழிகை (நேரம்)

சித்திரை மாதம் 10-ந் தேதி 5 நாழிகைக்கு கண் விழித்து மூன்றே முக்கால் நாழிகை (காலம் 8 மணி முதல் 9.30 மணி வரை) தம் கடமைகளைச் செய்கிறார்.

வைகாசி மாதம் 21ந் தேதி 8 நாழிகைக்கு எழுந்து மூன்றே முக்கால் நாழிகை (காலை 9.12 மணி முதல் 10.42 மணி வரை) தம் கடமைகளைச் செய்கிறார்.

கார்த்திகை மாதம் 10 நாழிகைக்கு எழுந்து மூன்றே முக்கால் நாழிகை காலை 10 மணி முதல் 11.30 மணிவரை தம் கடமைகளைச் செய்கிறார்.

❏ வாஸ்து மனையடி சாஸ்திரம்.

தை மாதம் (2ந் தேதி 8 நாழிகைக்கு எழுந்து மூன்றே முக்கால் நாழிகை (காலை 9.12 மணி முதல் 10.42 மணி வரை) தம் கடமைகளைச் செய்கிறார்.

வாஸ்து புருஷன் கண் விழித்திருக்கும் மூன்றே முக்கால் நாழிகைகளில் குறித்து பூசை செய்து, உணவு உட்கொண்டு, தாம்பூலம் தரித்து, தம் கடமைகளைச் செய்யும் போது மனை அடி கோலுதல் முதல் பல நல்ல காரியங்களைச் செய்யலாம்.

மூன்றே முக்கால் நாழிகையை ஐந்து பாகமாகப் பகுத்து கடைசி இரண்டு பாகத்தின் நேரத்தில் சுப காரியங்களைச் செய்யலாம். இதற்கு மணி கணக்குப்படி மூன்றே முக்கால் நாழிகை என்பது 1.30 மணி நேரமாகும். இதை ஐந்து பாகமாக்கினால் ஒரு பாகத்திற்கு 18 நிமிஷம் வருகிறது. வாஸ்து புருஷன் விழித்திருக்கும் நேரத்தின் கடைசி 86 நிமிஷ நேரத்தின் மனை அடிகோல்வது சிறப்பானதாகும்.

வாஸ்து புருஷன் விழித்திருக்கும் மூன்றே முக்கால் நாழிகைகளில் முதல் இரண்டேகால் நாழிகைகளில் மனையடி கோல்வதோ நல்ல காரியங்கள் செய்வதோ கூடாது. செய்தால் விபரீதமான பலன்களை எதிர்நோக்க வேண்டியதுதான்.

வாஸ்து புருஷன் விழித்திருக்கும் மாதங்கள், தேதிகள், நேரங்கள் ஆகியவற்றில் வீடுகட்ட விரும்புவரின் ஜாதகத்திற்கேற்ற நல்ல நாளைத் தேர்ந்தெடுத்து முதலில் மனைகோலி, கட்டடம் கட்டலாம். அவர்களுக்கு நிறைந்த செல்வமும் சிறந்த புகழும் கிடைக்கும்.

மனை அடிகோல குழி தோண்டுதல்

வாஸ்து புருஷன் நிலையை அறிந்து அவன் தலை வைத்திருக்கும் பகுதியிலிருந்து கால்களை நீட்டிக் கொண்டிருக்கும் பகுதிவரை நிலத்தை பதினெட்டும் பாகமாகப் பகுத்துக் கொள்ள வேண்டும். தலைப்பக்கம் பத்து

பாகம், கால் பக்கம் ஏழு பாகம் விபத்து நடுவில் உள்ள ஒரு பாகத்தில் மனை அடி குழிதோண்ட வேண்டும். குழி ஒரு முழத்திற்கு ஒரு முழம் சதுரமாகத் தோண்டுவது நல்லது.

தேங்காய் சகுனம்

மனைஅடி கோல முகூர்த்தம் செய்யும் கொத்தனார் தேங்காயை உடைப்பார். தேங்காய் உடைந்ததற்கேற்ப பலன் அமைகிறது.

தேங்காயின் கண்ணுள்ள பக்கம் மூடி பெரியதாகவும் அடிபாகம் சிறியதாகவும் உடைந்தால் அந்த மனையில் வீடு கட்டி வசிப்பவர் இல்லத்தில் திருமகள் குடியிருப்பாள்.

கண்பக்கம் மூன்று பங்கும், அடிப்பக்கம் ஒரு பங்குமாக உடைந்தால் வீடுகட்டி வசிப்பவர் குடும்பம் மகிழ்ச்சியுடன் வாழும்.

கண்பக்கம் தேங்காய் ஐந்தில் மூன்று பாகமும் அடிபக்கம் இரண்டு பாகமுமாக தேங்காய் உடைந்தால் அந்த மனையில் வீடு கட்டி வசிப்பவர் குடும்பம் செல்வச் சிறப்புடன் வாழும்.

தேங்காய் பாதியாக உடைந்தால் அந்த மனையில் வீடுகட்டி வசிப்பவர் குடும்பம் நன்மைகள் பலவற்றை அடையும்.

தேங்காயின் சிறுவிள்ளல் மேல்பக்க மூடியினுள் விழுந்தால் வீடுகட்டி வசிப்பவருக்குச் சகல சௌபாக்கியங்களும் கிடைக்கும்.

தேங்காய் சுக்கல்களாக உடைந்தால் வீடுகட்டி வசிப்பவருக்கு பல தொல்லைகள் ஏற்படும். துன்பத்தில் உழல்வார்.

தேங்காய் ஓட்டை விட்டுப் பிரிந்து விழுந்தால் வீடுகட்டி வசிப்பவர் வறுமையில் உழல்வார்.

வாஸ்து மனையடி சாஸ்திரம்

மண்வெட்டி சகுனம்

மனை அடி கோல எடுத்து வந்த மண்வெட்டி மண்ணை வெட்டும் போது முன்பக்கம் முறிந்தால் அந்த மனையில் அப்போது வீடுகட்டத் தொடங்கி வசிப்பவர் உயிருக்கு ஆபத்து ஏற்படும்.

மண் வெட்டியின் பிடியான காம்பு கழன்று கழன்று விழுந்தால் மனையில் உரிமையாளருக்குத் துன்பமும் துயரமும் சூழும்.

மலரிட்டுச் சோதித்தல்

குழி தோண்டிய பிறகு செய்யும் பூஜைகள் முடிந்ததும் மூன்று அல்லது ஐந்து மணமாகிக் கணவனுடன் வசிக்கும் பெண்கள் செம்புகளில் நீர் கொண்டு வடக்கு நோக்கி நின்று தண்ணீரைக் குழியில் ஊற்றி வாசமுள்ள ஒரு மலரை அதில் போட்டு விட்டு திரும்பிப் பார்க்காமல் அவர்கள் போய்விட வேண்டும்.

மலர் கிழக்கிலிருந்து தெற்கு நோக்கி நகர்ந்து மேற்கு வடக்காகச் சுற்றி வருகிறது. வலது பக்கம் சுற்றி வந்தால் அந்த மனையில் வீடு கட்டி வசிப்பவர் சிறப்பாக வாழ்வார். செல்வமும், செல்வாக்கும் பெற்று சுகபோகத்துடன் இருப்பார்.

கிழக்கிலிருந்த மலர் வடக்கே நகர்ந்து மேற்கு தெற்காகச் சுற்றி வந்தால் அது இடமாகச் சுற்றுகிறது. அந்த மனையில் வீடு கட்டுபவர் சொல்லொனா துன்பம் அடைவார். பல விபத்துக்கள் ஏற்படும். இத்தகைய சகுனம் தென்பட்ட பிறகு அந்த மனையில் அப்போதைக்கு வீடு கட்டும் யோசனையைக் கைவிடுதல் நல்லது.

மலர் வலமாக வந்து வடகிழக்கில் நின்றால் வீடு கட்டி வசிப்பவர் எல்லா செல்வங்களையும் பெறுவார். மக்கள் பேற்றுடன் நீண்ட ஆயுளுடன் வாழ்ந்து ஏழை

எளியவர்களுக்கும் உதவி செய்வார். பெரியோர்களை ஆதரிப்பார்.

மலர் சுற்றி வந்து தென்கிழக்கில் நின்றால் வீடு கட்டுபவா மனைவி அகால மரணமடைவாள். கர்ப்பத்தால் பயம் ஏற்படும். தீ விபத்தால் பொருள் நாசமும், கள்வர்களால் பொருள் களவு போதலும் ஏற்படும்.

மலர் தெற்கில் வந்து நின்றால் வீடு கட்டி வசிப்பவருக்கு எப்போதும் கவலையும் பயமும் இருந்து வரும். கலகம் நோய், தீமை ஆகியவை பெருகும்.

தென்மேற்கில் மலர் வந்து நின்றால் பொன்னும் மணியும் குவியும். செல்வமும் பெருகும்.

மலர் மேற்கே வந்து நின்றால் வீட்டுத் தலைவருக்குக் கொடிய நோயும் மரணமும் ஏற்படலாம். அந்த மனையில் அப்போது வீடு கட்டாமல் வேறு நல்ல முகூர்த்தம் பார்த்துக் கட்டுவது நன்மை அளிக்கும்.

மலர் வடகிழக்கில் வந்து நின்றால் வீடு கட்டி வசிப்பவருக்கு பொன்னும் மணியும் சேரும். நீண்ட நாள் சுகபோகத்துடன் வாழ்வார்.

கர்ப்பப் பெட்டி

ஒரு மரப் பெட்டியை ஐந்து, ஏழு, ஒன்பது அல்லது பதினைந்து சம அறைகளுடன் தயாரிக்க வேண்டும். தென்மத்திய அறையில் நவரத்தினங்கள், பொன், வெள்ளி, செம்பு, ஈயம், இரும்பு ஆகிய பஞ்ச லோகங்களைப் போட வேண்டும். மற்ற அறைகளில் நவதானியங்களை நிரப்பி மூடி வீடு கட்டும் மனையில் நடுபாகத்தில் ஆறடி குழி தோண்டி புதைக்க வேண்டும்.

இப்படிச் செய்வதால் அந்த மனையில் வீடு கட்டி வசிப்பவர் தலைமுறை துலைமுறையாக சுக

சௌக்கியங்களுடன் வாழ்வார்கள் என்பது பெரியோர்களின் வாக்கு.

சங்கு முகூர்த்தம்

மனை அடிகோலும் அதே முகூர்த்தத்தில் சங்கு முகூர்த்தம் செய்வது நல்லது.

சங்கு தயாரித்தல்

யானைத் தந்தம், சந்தனம், வள்ளி, வேங்கை, தேக்கு ஆகிய மரங்கள் சங்கு தயாரிக்க ஏற்றவை.

ஒரு அடி உயரம், அடி பாகம் ஆறு அங்குலம், தலைப் பகுதி ஒரு அங்குலச் சுற்றளவு இருக்க வேண்டும்.

சங்கு முகூர்த்தம் செய்வதால் கவலை, வேதனை, துன்பம், இடையூறு ஆகியவை அகன்று மகிழ்ச்சி ஏற்படும்.

சங்கு வைக்கும் முறை

இதற்கு ராசிகளைத் தெரிந்து கொள்வது அவசியம்.

1. வடக்கு பார்த்த வாசலுக்கு முகூர்த்தம் செய்ய ரிஷபராசியில் சங்கின் மேல் பாகம் - அடி படுத்த பாகம் வைத்து அதற்கு ஏழாவது ராசியான விருச்சிகத்தில் சங்கின் தலைப்பகுதியை வைத்து பூஜை செய்ய வேண்டும்.

2. தெற்கு பார்த்த வாசலுக்கு முகூர்த்தம் செய்ய விருச்சிக ராசியில் சங்கின் கால் பாகத்தையும் அந்த ராசிக்கு ஏழாவது ராசியான ரிஷப ராசியில் தலையை வைத்து பூஜிக்க வேண்டும்.

3. கிழக்கு பார்த்த வாசலுக்கு முகூர்த்தம் செய்ய சிம்ம ராசியில் சங்கின் கால் பாகத்தை வைத்து, அதற்கு ஏழாவது ராசியான கும்ப ராசியில், சங்கின் தலைபாகத்தை வைத்து பூஜை செய்ய வேண்டும்.

கிழக்கு

வடக்கு | தெற்கு

மீனம்	மேஷம்	ரிஷபம்	மிதுனம்
கும்பம்			கடகம்
மகரம்			சிம்மம்
தனுசு	விருச்சிகம்	துலாம்	கன்னி

மேற்கு

4. மேற்கு பார்த்த வாசலுக்கு முகூர்த்தம் செய்ய கும்பராசியில் சங்கின் கால் பாகத்தையும் அந்த ராசிக்கு ஏழாவது ராசியான கும்ப ராசியில் சங்கின் தலை பாகத்தை வைத்து முகூர்த்தம் செய்ய வேண்டும்.

திருமணமாகி கணவனுடன் மங்களமாக வாழும் பெண்ணின் கையால் சங்கை ஸ்தாபிதம் செய்ய முகூர்த்தம் செய்வது மிக உத்தமம்.

வாசக்கால் வைத்தல்

சூரியன்	1
சந்திரன்	2
செவ்வாய்	3
புதன்	4
குரு	5
சுக்கிரன்	6
சனி	7
ராகு	8
கேது	9

வீடு கட்டும் போது சாஸ்திரப்படி முறையாக வாசல் கால் வைக்க வேண்டும்.

வீடு கட்ட விரும்பும் மனையை ஒன்பது சமபாகமாக பகுக்க வேண்டும். ஒன்பது பாகங்களில் மேலே குறிப்பிட்ட வண்ணம் ஒன்பது கிரகங்களுக்கானதாகக் கணக்கிட வேண்டும்.

அந்த சாலக்கிரகங்கள் ஆதிக்கமுள்ள பாகத்தில் யோகத்தைக் கொடுக்க கூடிய கிரகங்கள் அமைந்த பாகத்தில் வாசல்கால் வைத்தால் வாழ்க்கையில் முன்னேற்றம் உயர்வு போன்ற நற் பலன்கள் பெற்று நீண்ட ஆயுள் பெறும் யோக பலன் உண்டாகும்.

சூரியன் பாகமாகிய முதற்பகுதியில் வாசல்கால் வைத்தால் வறுமை, துன்பம், போராட்டம், கவலை போன்ற கெட்ட பலன்கள் உண்டாகும்.

இரண்டாவது பாகமாகிய சந்திரன் பாகத்தில் வாசல் கால் வைத்தால் உடல் நலக் குறைவு, பொருள் இழப்பு தீய பலன்கள் உண்டாகும்.

நான்காவது பாகமாகிய புதன் பாகத்தில் வாசல் கால் வைத்தால் மகிழ்ச்சி, மக்களால் மேன்மை மற்றும் ஏற்றமான பலன் உண்டாகும்.

ஐந்தாவது பாகமாகிய குருவின் பாகத்தில் வைத்தால் பலன் அனுகூலமாக இருக்காது. வளர்ச்சிக்கு இடையூறு, தகராறுகள் ஏற்படும்.

ஆறாவது பாகமாகிய சுக்கிரன் பாகத்தில் வாசல் கால் வைத்தால் தீமையே ஏற்படும். கள்வர்களால் வேண்டாதவர்களாலும் பொருள் இழப்பு ஏற்படும்.

ஏழாவது பாகமாகிய சனியின் பாதத்தில் வாசல் கால் வைத்தால் மனைவிக்கு ஆபத்து ஏற்படலாம். அரசாங்கத்தின் விரோதம், பொருள் இழப்பு முதலியவை உண்டாகும். எட்டாவது பாகமாகிய ராகுவின் பாகத்தில் வாசல்கால் வைத்தால் குடும்பத்தில் பகை, வறுமை, விஷ பயம் போன்றவை ஏற்படும்.

ஒன்பதாம் பாகமாகிய கேதுவின் பாகத்தில் வாசல் கால் வைத்தால் இல்வாழ்க்கையில் அமைதியின்மை, துன்பம், சோதனை போன்ற கெட்ட பலன்கள் ஏற்படும்.

வாசல்கால்களும், திசையும்

வாசல் கால்கள் ஒரு வீட்டின் நான்கு திசைகளிலும் வைத்த வீட்டில் வசிப்பவர்களுக்கு நல்ல பலன்கள் ஏற்படும். செல்வம் செழிக்கும்.

வடக்குப் பக்கவாசல் இல்லாமல் மற்ற மூன்று பகுதியில் வாசல்கால் வைத்தால் அரசாங்க விரோதமும், தொல்லையும் உண்டாகும்.

மேற்குப் பகுதி வாசல் இல்லாமல் மற்ற மூன்று பக்கங்களில் வாசல் வைத்தால் அவ்வீட்டில் குடும்ப விருத்தி, பொருள் அதிகரிப்பு முதலியவை ஏற்படும்.

❏ *வாஸ்து மனையடி சாஸ்திரம்* 51

தெற்குப் பகுதி வாசல்கால் வைக்காமல் மற்ற பகுதிகளில் வாசல்கால் வைத்தால் செல்வச் சேர்க்கை வாழ்க்கையில் முன்னேற்றம் ஏற்படும்.

வாசல்கால் பயன்

வீடுகளில் வாசல்கால் வைப்பது முக்கிய அங்கமாக கருதப் படுகிறது.

கிழக்குப் பார்த்த வாசக்கால் வைத்தால் வீட்டின் ஈசான்ய மூலை முதல் அக்கி மூலை வரை அளந்து அதை எட்டு பாகம் செய்ய வேண்டும். அதன் பலன் பின்வருமாறு:

1வது பாகம்	துன்பம
2வது பாகம்	கோரம்
3வது பாகம்	செல்வம் சேர்த்தல்
4வது பாகம்	அரசு ஆதரவு
5வது பாகம்	புத்திர பாக்யம்
6வது பாகம்	இன்பம் சுகம்
7வது பாகம்	கவலை தொல்லை
8வது பாகம்	நோய், உயிர் ஆபத்து

மேற்கு பார்த்த வாசல் வைத்தால் வீட்டின் இறுதி மூலை வாயில் மூலைவரை அளந்து அதை எட்டு பாகம் செய்தால்,

1வது பாகம்	துன்பம்
2வது பாகம்	விரோதிகள் பலம் ஓங்குதல்
3வது பாகம்	இன்பம் மகிழ்ச்சி
4வது பாகம்	செல்வாக்கு
5வது பாகம்	திடீர் அதிர்ஷ்டம்

6வது பாகம்	மகிழ்ச்சி, சுகபோகம்
7வது பாகம்	அச்சம், கள்ளர் பயம்
8வது பாகம்	இழப்பு

வடக்குப் பார்த்த வாசல் கள் வைத்த வீட்டின் வாயில் மூலை முதல் ஈசான்ய மூலைவரை அளந்து எட்டு பாகம் செய்தல்

1வது பாகம்	மனைவி இழப்பு
2வது பாகம்	நோய், வறுமை
3வது பாகம்	பொருள் இழப்பு
4வது பாகம்	வறுமை இழப்பு
5வது பாகம்	தானிய அபிவிருத்தி
6வது பாகம்	தனசேர்க்கை
7வது பாகம்	துன்பம், துயரம்
8வது பாகம்	அழிவு, விபத்து

தெற்குப் பார்த்த வாசல்கால் வைத்த வீட்டின் அக்னி மூலை முதல் இறுதி மூலைவரை அளந்து எட்டு பாகம் செய்தால.

1வது பாகம்	பொருள் இழப்பு
2வது பாகம்	விரோதிகள் அதிகரிப்பு
3வது பாகம்	இன்பம் மகிழ்ச்சி
4வது பாகம்	சுகபோக வாழ்க்கை
5வது பாகம்	தன வரவு
6வது பாகம்	நன்மை முன்னேற்றம்
7வது பாகம்	அச்சம், விபத்து

◘ வாஸ்து மனையடி சாஸ்திரம் 53

8வது பாகம்   பொருள் இழப்பு தீ விபத்து

வாசல் கால் வைக்கும் போது இந்த பலன்களை உங்களுக்கு நன்மை அளிக்கக் கூடியதைத் தேர்ந்தெடுத்து வாசல்கால் வைத்தால் சுகபோகத்துடன் வாழ்வீர்கள்.

ஏற்றம் தரும் வாசல்கால்

வீட்டில் பிரதான வாசலில் குனிந்து வீட்டினுள் செல்வதுதான் ஏற்றத்தை அளிக்கும். அதனால் முன் வாசல்கால் சிறிது உயரம் குறைவாகவும் அடுத்த வாசல்கால்கள் உயரமாகவும் வைக்க வேண்டும்.

மதிற்சுவர் அமைக்கும் பலன்

வாசல்கால் வைத்தபின் வீட்டிற்கு முதல் மதிற்சுவர் கட்டும் பொழுது சுவர் சரியாமல் நேராக நிற்க வேண்டும். அப்படி நேராக சுவர் நின்றால் அந்த வீட்டில் உள்ளவர்களுக்கு நல்ல பலன் கிடைக்கும்.

வீட்டின் சுவர் கட்டியதும் சிறிது நேரத்தில் அச்சுவர் கீழே விழுந்தால் அந்த வீட்டில் வசிப்பவர்கள் திருடர்களின் பயத்துடனே வாழ வேண்டியது என்ற நிலை ஏற்படும்.

வீட்டின் சுவர் கட்டியதும் வீட்டின் உட்புறமாக விழுந்தால் அந்த வீட்டில் வாழ்பவர் மிகுந்த துன்பங்களை அடைவர்.

வீட்டின் சுவர் கட்டியதும் வீட்டின் வெளிப்புறமாக விழுந்தால் அந்த வீட்டில் வசிப்பவர் அவர்களுடைய உறவினர்களால் சண்டை ஏற்படுவதுடன் விலகியும் போய் விடுவர்.

சுவர்களில் ஏற்படும் விரிசல்களின் பலன்கள்

வீட்டின் சுவர் கட்டி முடிந்ததும் சுவர்களில் விரிசல்கள் ஏற்படும்.

வீட்டினுடைய சுவரானது கிழக்குப் பக்கமாக பார்த்து விரிசல் ஏற்பட்டால் விரோதம் ஏற்படும்.

வீட்டினுடைய தென்மேற்கு பகுதியில் விரிசல் ஏற்பட்டால் அந்த வீடு அழகுடன் திகழும்.

வீட்டினுடைய அக்கினி மூலையில் விரிசல் ஏற்பட்டால் அந்த வீட்டில் வசிப்பவர்களுக்கு சிறு விபத்துக்கள் ஏற்படும்.

வீட்டினுடைய தென் திசையில் விரிசல் ஏற்பட்டால் அந்த வீட்டில் வாழ்பவர் நோய்வாய்ப் படுவதுடன் துன்பப்படுவார்கள்.

அறைகள் அமைப்பு - பலன்

வீடு கட்டும் போது அறைகள், ஹால்கள் முதலியவற்றை மனை அடி சாஸ்திர முறைப்படி நல்ல பலன் கொடுக்கக் கூடியதை அறிந்து அதன்படி செயல்பட்டால் நன்மை அடைவார்கள். அறைகளின் நீளமும் அகலமும் அவற்றின் பலன்களும்:

வீடுகளுக்கு 6 அடிகள் நீளமோ அல்லது அகலமோ வைத்துக் கட்டினால் எல்லா வித செல்வங்களும் வந்து சேரும்.

7 அடிகள் நீளமோ அல்லது அகலமோ வைத்துக் கட்டினால் அந்த வீட்டில் தரித்திரம் ஏற்படும்.

8 அடிகள் நீளமோ அகலமோ வைத்துக் கட்டினால் குடும்பம் செழித்து வளரும்.

9 அடிகள் நீளமோ அகலமோ வைத்துக் கட்டினால் பெரும் பொருளுடன் மற்ற செல்வங்களும் வந்து சேரும்.

10 அடிகள் நீளமோ அகலமோ வைத்துக் கட்டினால் தன லாபம் பெறுவதுடன் பொருட்களும் வந்து சேரும்.

11 அடிகள் நீளமோ அகலமோ வைத்துக் கட்டினால் பசுக்களுடன் சகல செல்வங்கள் கிடைக்கும்.

12 அடிகள் நீளமோ அகலமோ வைத்துக் கட்டினால் எதிரிகளால் துன்பமும் விரயமும் ஏற்படும்.

13 அடிகள் நீளமோ அகலமோ வைத்துக் கட்டினால் மழை இல்லாத பயிர்கள் வாடுவது போல வீட்டில் உள்ளவர்கள் துன்பப் படுவார்கள்.

14 அடிகள் நீளமோ அகலமோ வைத்துக் கட்டினால் நம்முடைய கைப்பொருட்கள் அழிந்து போவதுடன் மற்றவர்களுடைய உதவியும் நமக்கு கிடைக்காது துன்பப்படுவர்.

15 அடிகள் நீளமோ அகலமோ வைத்துக் கட்டினால் நித்திய தரித்திரர்களாக மாறுவார்கள்.

16 அடிகள் நீளமோ அகலமோ வைத்துக் கட்டினால் அந்த வீட்டில் வசிப்பவர்கள் குறைவில்லாத செல்வமுடன் வளமாக வாழுவார்கள்.

17 அடிகள் நீளமோ அகலமோர் வைத்துக் கட்டினால் வீட்டில் வசிப்பவர்கள் மற்றவர்களால் புகழப்படுவதுடன் மகிழ்ச்சியாக வாழ்வார்கள்.

18 அடிகள் நீளமோ அகலமோ வைத்துக் கட்டினால் அந்த வீட்டில் வசிப்பவர்கள் நித்திய தரித்திரர்களாவதுடன் கைப்பொருள் ஒன்று கூட இல்லாதவர்களாக இருப்பார்கள்.

19 அடிகள் நீளமோ அகலமோ வைத்துக் கட்டினால் தன்னுடைய கைப்பொருளை இழப்பதுடன் மிகுந்த துயரத்தை அடைவார்கள்.

20 அடிகள் நீளமோ அகலமோ வைத்துக் கட்டுபவர்கள் அந்த வீட்டில் சகல வசதிகளுடன் நெல் விளைச்சலையும் காண்பார்கள்.

21 அடிகள் நீளமோ அகலமோ வைத்துக் கட்டி அந்த வீட்டில் வசிப்பவர்கள் பல வகையான வசதிகளுடன் வாழ்வதுடன் மற்றவர்களுக்கும் உதவி செய்து வருவார்கள்.

22 அடிகள் நீளமோ அகலமோ வைத்துக் கட்டி அந்த வீட்டில் வாழ்பவர்கள் அதிக செல்வங்களுடன் சகல வசதியுடன் வாழ்ந்து வருவர்.

23 அடிகள் நீளமோ அகலமோ வைத்துக் கட்டி அந்த வீட்டில் குடி இருப்பவர்கள் தங்களுடைய கைப்பொருளை எல்லாம் இழந்து நித்திய தரித்திரர்களாக வாழ்க்கையை நடத்துவர்.

24 அடிகள் நீளமோ அகலமோ வைத்துக் கட்டினால் அந்த வீட்டில் வசிப்பவர்கள் பொருட்கள் அழிவதுடன் குற்றவாளிகளாக வும் இருப்பார்கள்.

25 அடிகள் நீளமோ அகலமோ வைத்துக் கட்டி அவ்வீட்டில் இருப்பவர்கள் கைப் பொருளை திருடர்கள் திருடிச் சென்று விடுவர். மேலும் அவ் வீட்டில் இருப்பவர் மன உளைச்சலையும் அடைவர்.

26 அடிகள் நீளமோ அகலமோ வைத்துக் கட்டி அந்த வீட்டில் வசித்து வருபவர் மிகுந்த யோகத்தை அடைவார்கள். மேலும் அதிக புகழையும் அடைவார்கள்.

27 அடிகள் நீளமோ அகலமோ வைத்துக் கட்டி அந்த வீட்டில் வசித்து வருபவர்கள் அரசர்களால் போற்றப்படும் கவிஞர் ஆவதுடன் சிறந்த கவிபாடும் புலமையும் பெறுவார்கள்.

28 அடிகள் நீளமோ அகலமோ வைத்துக் கட்டி அந்த வீட்டில் வசித்து வருபவர்கள் மற்ற உயிர்களை பாதுகாப்பதுடன் தானும் அதனால் புகழ் அடைவார்கள்.

29 அடிகள் நீளமோ அகலமோ வைத்துக் கட்டி அந்த வீட்டில் வசித்து வருபவர்கள் தன் கைப் பொருளைக் கொண்டு சுகமாக வாழ்ந்து வருவர்.

30 அடிகள் நீளமோ அகலமோ வைத்துக் கட்டி அந்த வீட்டில் வசித்து வருபவர்கள் தன் கைப் பொருளைக் கொண்டு சுகமாக வாழ்ந்து வருவர்.

31 அடிகள் நீளமோ அகலமோ வைத்துக் கட்டி அந்த வீட்டில் வசித்து வருபவர் பால் தொடர்பான தொழிலில் பெரும் பொருளை ஈட்டுவார்கள். உறவினர்களுடன் மகிழ்ச்சியுடன் வாழ்வர்.

32 அடிகள் நீளமோ அகலமோ வைத்துக் கட்டி வசித்து வருபவர் மிகுந்த பொருள் லாபம் பெறுவதுடன் மிகுந்த மகிழ்ச்சியுடனும் இருப்பார்கள்.

33 அடிகள் நீளமோ அகலமோ வைத்துக் கட்டி வசித்து வருபவர் மிகுந்த பொருள் லாபம் பெறுவதுடன் மிகுந்த மகிழ்ச்சியுடனும் இருப்பார்கள்.

34 அடிகள் நீளமோ அகலமோ வைத்துக் கட்டி வசித்து வருபவர் அரசால் தண்டனை பெறுவதுடன் குறைந்த ஆயுளே வாழ்ந்து வருவர்.

35 அடிகள் நீளமோ அகலமோ வைத்துக் கட்டி அம்மனையில் வசித்து வருபவர்கள், நல்ல விளைச்சலைக் காண்பதுடன் குடும்பம் மகிழ்ச்சியுடன் இருக்கும்.

36 அடிகள் நீளமோ அகலமோ வைத்துக் கட்டி அம்மனையில் வசித்து வருபவர் ஆயுள் அதிகமாகவும் பொருட்கள் சேர்க்கை அதிகமாகவும் சொல்வாக்கு அதிகமாகவும் இருக்கும்.

37 அடிகள் நீளமோ அகலமோ வைத்து மனையைக் கட்டி வசித்து வருபவர் கைப் பொருளை பெருக்கி அதனால் மிக்க மகிழ்ச்சியை பெறுவர்.

38 அடிகள் நீளமோ அகலமோ வைத்துக் கட்டி வசித்து வருபவர் தன்னுடைய கைப் பொருளை இழப்பதுடன் மன நிம்மதி இழந்து வாடி நிற்பர்.

39 அடிகள் நீளமோ அகலமோ வைத்து மனையைக் கட்டி வசித்து வருபவர் நல்ல பட்டாடையும் பணமும் கொண்டு மிகுந்த மகிழ்ச்சியுடன் வாழ்ந்து வருவர்.

40 அடிகள் நீளமோ அகலமோ வைத்து மனையைக் கட்டி வசித்து வருபவர் எதிரிகளால் தாக்கப்பட்டும் கைப் பொருளை இழந்தும் துயரப்படுவர்.

41 அடிகள் நீளமோ அகலமோ வைத்துக் கட்டி அம்மனையில் வசித்து வருபவர் பொன்னோடு பொருளோடு புகழும் வந்து சேரும் மனம் மட்டற்ற மகிழ்ச்சியுடன் இருக்கும்.

42 அடிகள் நீளமோ அகலமோ வைத்துக் கட்டி வாழ்ந்து வருபவர் இறைவன் அருளால் அதிக பொருள் சேர்க்கை ஏற்படும். அதனால் மன நிறைவுடன் வாழ்வர்.

43 அடிகள் நீளமோ அகலமோ வைதது்க் கட்டி அந்த வீட்டில் வாழ்ந்து வருபவர் நித்திய தரித்திரர்களாக ஆவதுடன் தன்னுடைய கைப் பொருள் முழுவதையும் இழந்து தவிப்பர்.

44 அடிகள் நீளமோ அகலமோ வைத்து வீட்டைக் கட்டி வசித்து வருபவர் வீட்டில் பேய்கள் மற்றும் ஆவிகளின் நடமாட்டமும் கைப் பொருளையும் இழந்து ஊரார் இகழும்படி இருப்பர்.

45 அடிகள் நீளமோ அகலமோ வைத்து வீட்டைக் கட்டி வசித்து வருபவர் பட்டுத் துணிகளுடன் வாழ்ந்து வருபவர்.

46 அடிகள் நீளமோ அகலமோ வைத்துக் கட்டி அந்த வீட்டில் வசித்து வருபவர்கள் தங்களுடைய வீட்டில் பேய்கள் மற்றும் ஆவிகளின் நடமாட்டத்தைக் காணுவர். மேலும் கைப் பொருளை இழந்து தவிப்பர்.

47 அடிகள் நீளமோ அகலமோ வைத்துக் கட்டி அந்த வீட்டில் வசித்து வருபவர்கள் கைப் பொருளை இழந்து வருந்துவதுடன் பிறர் உதவியும் இல்லாமல் துயரப்படுவர்.

48 அடிகள் நீளமோ அகலமோ வைத்துக் கட்டி அந்த வீட்டில் வசித்து வருபவர்கள் வீட்டில் நெருப்புப் பகை உண்டாவதுடன் பலவித தோஷங்களால் பீடிக்கப்படுவர்.

49 அடிகள் நீளமோ அகலமோ வைத்துக் கட்டி அந்த வீட்டில் வசித்து வருபவர் குற்றங்கள் செய்து அரசால் தண்டிக்கப் படுவதுடன் தரித்திரர்களாய் இருப்பார்கள்.

50 அடிகள் நீளமோ அகலமோ வைத்துக் கட்டி அந்த வீட்டில் வசித்து வருபவர் தன்னுடைய கைப் பொருள்களை எல்லாம் இழந்து துயரப்படுவர்.

51 அடிகள் நீளமோ அகலமோ வைத்துக் கட்டி அந்த வீட்டில் வசித்து வருபவர்கள் மன் சஞ்சலத்துடன் வாழ்ந்து வருவதுடன் தன் முன்னோர்கள் கொடுத்துச் சென்ற பொருள்களையும் இழந்து வாடுவர்.

52 அடிகள் நீளமோ அகலமோ வைத்துக் கட்டி அந்த வீட்டில் வசித்து வருபவர் இறைவனின் அருளால் சகல செல்வங்களையும் பெற்று மன நிறைவுடன் வாழ்வதுடன் கடவுளின் துணை இருக்கும்.

53 அடிகள் நீளமோ அகலமோ வைத்துக் கட்டி அம்மனையில் வசித்து வருபவர் தோஷங்கள் அவர்களை பாதித்து கோவில்களில் இருந்து மீள முடியாமல் கைப் பொருளையும் இழந்து துயரப்படுவாரகள்.

54 அடிகள் நீளமோ அகலமோ வைத்துக் கட்டி அம்மனையில் குடி இருப்பவர்கள் குற்றங்களுக்கு ஆளாகி அரசால் தண்டனை பெறுவர். மேலும் கைப்பொருளையும் இழந்து வாடுவர்.

55 அடிகள் நீளமோ அகலமோ வைத்துக் கட்டி அந்த வீட்டில் குடி இருப்பவர்கள் கைப் பொருளை இழப்பதுடன் உறவினர்களால் சண்டையும் ஏற்படும்.

56 அடிகள் நீளமோ அகலமோ வைத்துக் கட்டி அந்த வீட்டில் குடி இருப்பவர்கள் ஆடு மற்றும் மாடுகள் வளர்த்து பெரும் பொருளைத் தேடிக் கொள்வர். மன மகிழ்ச்சி நிறைந்து இருக்கும்.

57 அடிகள் நீளமோ அகலமோ வைத்துக் கட்டி அந்த வீட்டில் குடியிருப்போர் குழந்தை செல்வம் இல்லாமல் பிறரால் வேதனைப் படுவர்.

58 அடிகள் நீளமோ அகலமோ வைத்துக் கட்டி வாழ்ந்து வருபவர்கள் குற்றங்கள் செய்து அரசால் தண்டனை பெறுவதுடன் சதா வியாதிகளால் துன்பப் பட நேரிடும்.

59 அடிகள் நீளமோ அகலமோ வைத்துக் கட்டி வசித்து வருபவர்கள் தனலெட்சுமியின் மூத்த சகோதரியான மூதேவி வந்து வாசம் செய்வதுடன் கைப் பொருட்களையும் இழந்து துன்பப் படுவர்.

60 அடிகள் நீளமோ அகலமோ வைத்து வீடு கட்டி வாழ்ந்து வருபவர்கள் மிகுந்த பொருள் வரவுடன் இருப்பதுடன் பக்தி மார்க்கத்தில் தன்னை ஈடுபடுத்தி மகிழ்ச்சி கொள்வார்கள்.

61 அடிகள் நீளமோ அகலமோ வைத்து வீடு கட்டி வாழ்ந்து வருபவர்கள் நித்திய தரித்திரர்களாகி மேலும் தன் கைப் பொருளை எல்லாம் இழந்து துயரப்படுவர்.

62 அடிகள் நீளமோ அகலமோ வைத்து வீடு கட்டி வாழ்பவர்கள் தாங்கள் வளர்த்து வரும் ஆடு, மாடுகளை இழந்தும் பிறரால் உந்தப்பட்டு குற்றம் செய்து அதனால் தண்டனை பெறுவர்.

63 அடிகள் நீளமோ அகலமோ வைத்து வீடு கட்டி வாழ்ந்து வருபவர்கள் பெருமாளின் துணை கொண்டு லட்சுமி தேவி அந்த வீட்டில் வசிப்பாள். இவ்வீட்டில் உள்ளவர்களை எதிரிகளால் ஒன்றும் செய்ய இயலாது. பேரும் புகழும் பெற்று வாழ்வார்கள்.

64 அடிகள் நீளமோ அகலமோ வைத்து வீடு கட்டி வாழ்ந்து வருபவர்கள் சகல செல்வத்துடன் வாழ்வதுடன் அரசருக்கு இணையாக புகழுடன் விளங்குவார்கள்.

65 அடிகள் நீளமோ அகலமோ வைத்து வீடு கட்டி அந்த வீட்டில் வசித்து வருபவர்கள் கைப் பொருளை இழந்து

வருந்துவதுடன் தரித்திரமும் தாண்டவமாடும். துயரமே மிஞ்சும்.

66 அடிகள் நீளமோ அகலமோ வைத்து வீடு கட்டி அந்த வீட்டில் வசித்து வருபவர்கள் சகல விதமாக வசதிகளையும் பெற்று புகழோடு விளங்குவர்.

67 அடிகள் நீளமோ அகலமோ வைத்து வீடு கட்டி வசித்து வருபவர்கள் கைப் பொருளை இழப்பதுடன் துன்பப்படுவர்.

68 அடிகள் நீளமோ அகலமோ வைத்து வீடு கட்டி அந்த வீட்டில் வசித்து வருபவர்கள் நல்ல புகழோடு விளங்குவதுடன் முன்னோர்கள் கொடுத்த கைப்பொருளும் வந்து சேரும்.

69 அடிகள் நீளமோ அகலமோ வைத்து வீடு கட்டி அந்த வீட்டில் வசித்து வருபவர் பொருள்கள் நாசமடைவதை காண்பார்கள். மேலும் நெருப்பினால் சேதம் ஏற்படும்.

70 அடிகள் நீளமோ அகலமோ வைத்து வீடு கட்டி அந்த வீட்டில் வசித்து வருபவர்கள் வெளிநாடு சென்று பணத்துடன் புகழையும் சம்பாதித்து வருவர். மகிழ்ச்சியுடன் வாழ்ந்து வருவர்.

71 அடிகள் நீளமோ அகலமோ வைத்து வீடு கட்டி அந்த வீட்டில் வசித்து வருபவர்கள் தனலட்சுமியின் வருகை பெற்று செல்வத்துடன் வாழ்வதுடன் பலராலும் புகழப் படுவார்கள்.

72 அடிகள் நீளமோ அகலமோ வைத்து வீடு கட்டி அந்த வீட்டில் வசித்து வருபவர்கள் பலராலும் போற்றப்படும் கவிஞராகவும் அதனால் பணம் சம்பாதித்து அதிக செல்வத்துடன் வாழ்ந்து வருபவராகவும் இருப்பர்.

73 அடிகள் நீளமோ அகலமோ வைத்து வீடு கட்டி அந்த வீட்டில் வாழ்ந்து வருபவர்கள் சகல செல்வங்கள் நிறைந்த வாழ்க்கை இருந்தாலும் எதையும் விரும்பாமல் சன்னியாசி போல பற்றற்று வாழ்பவராக இருப்பர்.

74 அடிகள் நீளமோ அகலமோ வைத்து வீடு கட்டி அந்த வீட்டில் குடி இருப்பவர்கள் சகல விதமான செல்வங்களுடன் வாழ்வதுடன் அரசாங்க பணியிலும் இருப்பர்.

75 அடிகள் நீளமோ அகலமோ வைத்து வீடு கட்டி அந்த வீட்டில் குடி இருப்பவர்கள் நித்திய தரித்திரர்களாக இருப்பதுடன் கைப் பொருளையும் இழந்து வாடுவர்.

76 அடிகள் நீளமோ அகலமோ வைத்து கட்டி அந்த வீட்டில் வசித்து வருபவர்கள் பிறருடைய உதவி இல்லாமல் துன்பப் படுவதுடன் கைப் பொருளையும் இழந்து வாடுவர்.

77 அடிகள் நீளமோ அகலமோ வைத்து கட்டி அந்த வீட்டில் வசித்து வருபவர்கள் பிறரால் புகழப் படுவதுடன் யோக பலத்தால் நல்ல செல்வச் செழிப்புடன் வாழ்ந்து வருவார்கள்.

78 அடிகள் நீளமோ அகலமோ வைத்து கட்டி அந்த வீட்டில் வசித்து வருப்வர்கள் தன்னுடைய பிள்ளைகளால் துன்பப் படுவதுடன் சதா துன்பங்களே வந்து சேரும்.

79 அடிகள் நீளமோ அகலமோ வைத்து வீடு கட்டி அந்த வீட்டில் வசித்து வருபவர்கள் கால் நடைகளை வளர்ப்பதால் மிகுந்த லாபமும் அவர்களுடைய யோக பலத்தால் பணம் மிகுந்து செல்வத்துடன் வாழ்ந்து வருவர்.

80 அடிகள் நீளமோ அகலமோ வைத்து கட்டி அந்த வீட்டில் வசித்து வருபவர்கள் யோக பலத்தால் செல்வம் மிகுந்து வரும். லட்சுமி அந்த வீட்டில் வாசம் செய்வாள்.

81 அடிகள் நீளமோ அகலமோ வைத்து கட்டி அந்த வீட்டில் வசித்து வருபவர்கள் கைப் பொருளை இழந்து நிற்பர். மேலும் வீட்டைக் கட்டியவர் தேவையற்ற செலவினங்களை செய்ய வேண்டிய நிர்பந்தம் ஏற்பட்டு அதனால் பொருள் கரைந்து துன்பப் படுவர்.

82 அடிகள் நீளமோ அகலமோ வைத்து வீடு கட்டி குடி இருப்பவர் கைப் பொருளை இழந்து நிற்பர். மேலும்

தேவையற்ற குற்றங்களை செய்து அரசால் தண்டிக்கப்படுவார்கள்.

83 அடிகள் நீளமோ அகலமோ வைத்து வீடு கட்டி குடி இருந்து வருபவர் நித்திய தரித்திரர்களாகி துன்பப்படுவர். மேலும் தன்னுடைய கைப் பொருளையும் இழந்து தவிப்பர்.

84 அடிகள் நீளமோ அகலமோ வைத்து வீடு கட்டி குடி இருப்பவர்கள் புகழ் பெற்று வாழ்வதுடன் சகலவிதமான பாக்கியங்களும் அவர்களுக்கு கிடைக்கும்.

85 அடிகள் நீளமோ அகலமோ வைத்து வீடு கட்டி அந்த வீட்டில் வசித்து வருபவர்கள் அரசாங்க வேலை கிடைக்கும். மேலும் அதனால் புகழும் கிடைக்கும் படி வாழ்ந்து வருவர்.

86 அடிகள் நீளமோ அகலமோ வைத்து வீடு கட்டி குடி இருந்து வருபவர்கள் கைப் பொருளை இழந்து வாழ்ந்து வருவதுடன் தான் சொன்ன வாக்கையும் காப்பாற்ற மாட்டாமல் துரயப்படுவர்.

87 அடிகள் நீளமோ அகலமோ வைத்து வீடு கட்டி வசித்து வருபவர்கள் அரசாளும் பாக்கியம் கிடைக்கும். நல்ல பேரும் புகழும் கிடைக்கும். மகிழ்ச்சியான வாழ்க்கை கிடைக்கும்.

88 அடிகள் நீளமோ அகலமோ வைத்து வீடு கட்டி வசித்து வருபவர்கள் கோவில்களை சென்று சேவித்து வருபவராகவும் நல்ல யோகம் நிறைந்தவராகவும் எல்லாப் பொருளும் கை கூடிவரும் நபராகவும் இருப்பார்கள்.

89 அடிகள் நீளமோ அகலமோ வைத்து வீடு கட்டி அந்த வீட்டில் வசித்து வருபவர்கள் உறவின்ர்கள் உதவி செய்வார்கள். மேலும் புகழ் பட வாழ்வார்கள்.

90 அடிகள் நீளமோ அகலமோ வைத்து வீடு கட்டி அந்த வீட்டில் வசித்து வருபவர்கள் சகலவிதமான செல்வங்களையும் பெற்று வாழ்வதுடன் புகழுடன் திகழுவர்.

91 அடிகள் நீளமோ அகலமோ வைத்து வீடு கட்டி அந்த இல்லத்தில் குடி இருப்பவர்கள் மிகுந்த புத்திசாலியாகவும் செல்வந்தராகவும் இருப்பார்கள்.

92 அடிகள் நீளமோ அகலமோ வைத்து வீடு கட்டி அம் மனையில் வசித்து வருபவர்கள் தங்களுடைய யோகத்தால் பல விதமான பொருட் செல்வத்துடன் வாழ்ந்து வருவதுடன் அரசாலும் கௌரவப்படுத்தப் படுவார்கள். இதனால் புகழுடன் வாழ்வார்கள்.

93 அடிகள் நீளமோ அகலமோ வைத்து வீடு கட்டி வசித்து வருபவர்கள் குற்றங்கள் செய்து செய்து அரசாங்கத்தால் தண்டிக்கப்படுவார்கள்.

94 அடிகள் நீளமோ அகலமோ வைத்து வீடு கட்டி வசித்து வருபவர்கள் நித்திய தரித்திரர்களாகி கைப் பொருளை இழப்பதுடன் அம் மனையையும் இழந்து விடுவர்.

95 அடிகள் நீளமோ அகலமோ வைத்து வீடு கட்டி வாழ்ந்து வருபவர்கள் அவர்களுடைய யோக பலன்களால் எல்லாவித பொருட்களையும் பெற்று வாழ்வதுடன் மகிழ்ச்சியுடன் இருப்பார்கள்.

96 அடிகள் நீளமோ அகலமோ வைத்து வீடு கட்டி வசித்து வருபவர்கள் நித்திய தரித்திரர்களாகி கைப் பொருளை இழப்பதுடன் துன்பப்படுவார்கள்.

97 அடிகள் நீளமோ அகலமோ வைத்து வீடு கட்டி வாழ்ந்து வருபவர்கள் புகழோடு வாழ்வதுடன் மற்றவர் உதவியால் எல்லா விதமான பொருட் செல்வங்களையும் பெற்று மகிழ்ச்சியுடன் வாழ்ந்து வருவார்கள்.

98 அடிகள் நீளமோ அகலமோ வைத்து வீடு கட்டி வசித்து வருபவர்கள் கைப் பொருளை இழந்து துன்பத்தில் இருப்பார்கள்.

99 அடிகள் நீளமோ அகலமோ வைத்து வீடு கட்டி குடி இருப்பவர்கள் அரசால் மதிக்கப்பட்டு யோகத்துடன் வாழ்ந்து வருவார்கள். சகல விதமான பொருட் செல்வங்களும் அரசால் வழங்கப்படும்.

100 அடிகள் நீளமோ அகலமோ வைத்து வீடு கட்டி குடி இருப்பவர்கள் கடவுளின் கருணையால் சகலவிதமான பொருட் செல்வங்களையும் பெற்று மகிழ்ச்சியுடன் வாழ்வார்கள்.

101 அடிகள் நீளமோ அகலமோ வைத்து வீடு கட்டி குடி இருந்து வருபவர்கள் புகழோடு சகல விதமான பொருட்களையும் பெற்று மகிழ்ச்சியுடன் இருப்பார்கள்.

102 அடிகள் நீளமோ அகலமோ வைத்து வீடு கட்டி குடி இருந்து வருபவர்கள் தங்கள் யோக பலத்தால் சகல விதமான பொருட் செல்வங்களையும் பெற்று புகழோடும் வாழ்க்கை நடத்துவர்.

103 அடிகள் நீளமோ அகலமோ வைத்து வீடு கட்டி குடி இருந்து வருபவர் கைப்பொருளை இழந்து வாடுவார்கள்.

104 அடிகள் நீளமோ அகலமோ வைத்து வீடு கட்டி அந்த வீட்டில் வசித்து வருபவர் தங்களது யோகத்தால் செல்வமும் பொருட்களும் தானாக தேடி வரும். மகிழ்ச்சியுடன் வாழ்ந்து வருவர்.

105 அடிகள் நீளமோ அகலமோ வைத்து வீடு கட்டி அந்த வீட்டில் வசித்து வருபவர் கைப் பொருளை இழந்து வறுமையில் வாடுபவர். நித்திய தரித்திரர்களாக மாறுவார்கள்.

106 அடிகள் நீளமோ அகலமோ வைத்து வீடு கட்டி அந்த வீட்டில் வசித்து வருபவர் தங்களது யோகத்தால் அனைத்து விதப் பொருட்களும் தானாக கூடி வரும். மேலும் அந்த வீட்டில் இருப்பவர்கள் புலமை கொண்டவர்களாக இருப்பாகள்.

107 அடிகள் நீளமோ அகலமோ வைத்து வீட்டில் வசித்து வருபவர் நித்திய தரித்திரர்களாக மாறுவதுடன் கைப் பொருளையும் இழந்து நிற்பார்கள்.

108 அடிகள் நீளமோ அகலமோ வைத்து அந்த வீட்டில் குடி இருந்து வருபவர்கள் எல்லா வித செல்வங்களும் அவர்களுக்கு கூடி வருவதுடன் செல்வாக்கோடு சிறந்து விளங்குவார்கள்.

109 அடிகள் நீளமோ அகலமோ வைத்து அந்த வீட்டில் குடி இருப்பவர்கள் பெருமாளின் அருளால் அனைத்து செல்வமும் பெறுவர். வீட்டில் மகிழ்ச்சி பெருகும்.

110 அடிகள் நீளமோ அகலமோ வைத்து அந்த வீட்டில் வசிதபுது வருபவர் அனைத்து செல்வங்களும் அவர்களுக்கு கூடி வரும். மிகுந்த புகழுடன் நீண்ட ஆயுளுடனும் வாழ்வார்கள்.

111 அடிகள் நீளமோ அகலமோ வைத்து வீடு கட்டி அந்த வீட்டில் வசித்து வருபவர்கள் சகல விதமான செல்வங்களுடனும் வாழ்ந்து வருவர். பசுக்கள் மற்றும் வளர்ப்பு பிராணிகளும் விருத்தி உண்டாகும்.

112 அடிகள் நீளமோ அகலமோ வைத்து அந்த வீட்டில் வசித்து வருபவர்கள் இவர்கள் செய்யும் தொழில் அதிக லாபம் தரும். சகல வசதிகளுடன் புகழ் பெற்று வாழ்வார்கள்.

113 அடிகள் நீளமோ அகலமோ வைத்து வீட்டைக் கட்டி அந்த வீட்டில் வசித்து வருபவர்கள் அதிக அளவில் விவசாயம் செய்து வருவார்கள். அதன் மூலம் பெரும் தனக்காரர்கள் ஆவார்கள். புகழும் பெறுவார்கள்.

114 அடிகள் நீளமோ அகலமோ வைத்து வீட்டைக் கட்டி அந்த வீட்டில் குடி இருப்பவர்கள் கைப் பொருளை இழந்து வாடுவதுடன் ஏமாற்றப் படுவார்கள்.

115 அடிகள் நீளமோ அகலமோ வைத்து வீட்டைக் கட்டி அந்த வீட்டில் வசித்து வருபவர்கள் சகல செல்வங்களும் பெற்று பெரும் புகழுடன் வாழ்க்கை நடத்துவார்கள்.

116 அடிகள் நீளமோ அகலமோ வைத்து வீட்டைக் கட்டி அந்த வீட்டில் வசித்து வருபவர்கள் அனைத்துச் செல்வங்களும் பெற்று புகழுடன் இருப்பார்கள்.

117 அடிகள் நீளமோ அகலமோ வைத்து வீட்டைக் கட்டி அந்த வீட்டில் வசித்து வருபவர்கள் போட்டியிட்ட எல்லா இடங்களிலும் வெற்றி பெறுவதுடன் எல்லாவித பொருட்களுடன் மகிழ்ச்சியாக வாழ்ந்து வருவார்கள்.

118 அடிகள் நீளமோ அகலமோ வைத்து வீட்டைக் கட்டி வசித்து வருபவர்கள் தரித்திரம் பிடித்து கைப் பொருளையும் இழந்து வாடுவர். மேலும் அந்த வீட்டில் என்றுமே மகிழ்ச்சியைக் காண முடியாது.

119 அடிகள் நீளமோ அகலமோ வைத்து அந்த வீட்டில் வசித்து வருபவர்கள் தங்களது யோக பலத்தால் எல்லாவித செல்வங்களையும் பெற்று பிறர் போற்றும் படியாக வாழ்க்கை நடத்துவார்கள்.

120 அடிகள் நீளமோ அகலமோ வைத்து அந்த வீட்டில் வசித்து வருபவர்கள் கைப் பொருளை இழந்து வறுமையில் வாடுவர்.

121 அடிகள் நீளமோ அகலமோ வைத்து வீட்டைக் கட்டி அந்த வீட்டில் வசித்து வருபவர்கள் தங்களது யோக பலத்தால் சகல செல்வங்களும் பெற்று மன மகிழ்ச்சியுடன் இருப்பார்கள்.

கதவுகள் மூடித் திறக்கும் போது ஏற்படும் சப்தங்களின் பலன்கள்

கதவுகளை மூடித் திறக்கும் போது முறுக்குகின்ற சப்தம் போலும் திருகுகின்ற சப்தம் போலும் கேட்டால் அந்த வீட்டில்

பேய்கள் மற்றும் ஆவிகள் வாசம் செய்ய வாய்ப்புள்ளது. அந்த வீட்டில் எந்நாளும் நோய் இருந்து கொண்டே இருக்கம். அந்த சப்தத்தை வராமல் நிவர்த்தி செய்ய வேண்டும்.

கதவுகளை மூடித் திறக்கும்போது மனிதர்கள் அழுவது போல சப்தமிட்டாலும் அதிக இரைச்சல் இருந்தாலும் வீட்டுப் பெண்களால் சண்டையும் சச்சரவும் வீட்டில் உள்ள ஆண் மக்களுக்கு துன்பம் உண்டாகும்.

கதவுகளை மூடித் திறக்கும் போது கழுதையின் சப்தம் போல இருந்தால் எதிரிகளால் துன்பமும் நித்திய தரித்திரமும் உண்டாகும்.

கதவுகளை மூடித் திறக்கும் போது வண்டுகள் போடுகின்ற சப்தம் போல் இருந்தால் அந்த வீட்டில் வசிப்பவர்கள் கைப் பொருளையும் இழந்து துன்பப்படுவார்கள்.

கதவுகள் மூடித் திறக்கும் போது ஏற்படும் சப்தம் ஓணான் போல சப்தமிட்டாலும் தாங்கித் தாங்கி வந்தாலும் பொருட்கள் நாசமடைவதுடன் எதிரிகளால் ஆபத்தும் ஏற்படும்.

கதவுகளை மூடித் திறக்கும் போது விதவைகளின் அழுகை போல சப்தமிட்டால் நாம் தேடும் பொருட்கள் அனைத்தும் வேசியரால் கவர்ந்து கொள்ளப்படும்.

கதவுகளை மூடித் திறக்கும் போது ஏற்படும் சப்தம் முக்கல் போலவும் சிக்கலாகவும் இருந்தால் அந்த வீட்டில் வசிப்பவர் துன்பப் படுவதுடன் கைப் பொருளையும் இழப்பார்கள்.

கதவுகளை மூடித் திறக்கும் போது மெதுவாகப் போகாமல் விர்ரென்று போய் சாத்திக் கொண்டாலும் ஆலைகள் இடும் சத்தம் போலவும் இருந்தால் அந்த வீடு விரைவில் பாழ்நத வீடாகி விடும்.

கதவுகளை மூடித் திறக்கும் போது ஏற்படும் சப்தம் முரசு ஒலி போலவும் பேரிகை போலவும் இருந்தால் அந்த வீட்டில் சகல செல்வங்களும் ஆரோக்கியமும் மிகுந்து இருக்கும்.

கதவுகள் மூடித் திறக்கும் போது நாம் திறந்த தேவையான அளவுடன் விட்டால் அந்த இடத்திலேயே நின்றால் அந்த வீட்டில் வசிப்பவர் சகல செல்வங்களையும் பெற்று வாழ்க்கை நடத்துவர்.

கதவு மூடித் திறக்கும் போது ஏற்படும் சப்தம் செக்கின் ஓசைபோல் ஏற்பட்டால் அந்த வீட்டில் உள்ள பெண்கள் மற்றும் மகன்களுக்கு துன்பம் ஏற்படும்.

கதவுகளை மூடித் திறக்கும் போது ஏற்படும் சப்தம் சங்கின் ஒலி போலவும் தாளம் போடுவது போலவும் கேட்டால் மகா லட்சுமியின் அருளால் சகல செல்வங்களும் கிடைக்கும்.

கதவுகளை மூடித் திறக்கும் போது ஏற்படும் ஒலி குயில் ஓசை போலவும் கிளியின் ஓசை போலவும் ஏற்பட்டால் பெரும் பொருளுடன் புகழோடு வாழ்க்கை நடத்துவர்.

மனை தச்சு செய்வதற்கு உகந்த நாட்கள் நட்சத்திரம்

உத்திராடம், உத்திரட்டாதி, திருவோணம், சித்திரை, பூசம், அஸ்தம், அனுஷம், சதயம், அவிட்டம், மிருக சீரிடம்.

வீட்டின் வெளியே வாசல்கால் வைத்தல்

வீட்டின் நடுவில் வாசல்கால் வைப்பதே நல்லது. செல்வமும் அமைதியும் இன்பமும் கிடைக்கும். இடது புறம் வாசல்கால் வைத்தால் மனை உரிமையாளரின் மனைவிக்கு ஆகாது. ஆபத்து ஏற்படும். பின்புறம் வைத்தால் அரசாங்கத்தின் பகையை ஏற்படுத்தும். வீட்டின் தலைப்பகுதியில் வைத்தால் மனை உரிமையாளருக்கு ஆகாது. ஆபத்து ஏற்படும்.

மனையை பிரித்து வீட்டைக் கட்டுதல்

மனையின் மத்தியில் அடையாளம் செய்து கொண்டு நான்கு பங்காகப் பிரிக்க வேண்டும். மனையின் மத்தியல்

ஒரு சதுரமாக நான்கு பக்கங்களிலும் போன்று வருமாறு பிரித்துக் கொள்ள வேண்டும். மையத்தின் சதுரத்தைச் சுற்றியுள்ள நான்கு அறைகள் தேவர்கள் வாழும் இடமாக அமையும். தேவர்கள் வாழும் இடமாக உள்ளன. அறையினை அடுத்து நான்கு பகுதியில் உள்ள மூலைகளும் பேய்கள் வாசம் செய்யும் இடமாகும். மீதம் மனிதர்கள் வாசம் செய்யும் இடமாகும். எனவே நடுப்பகுதி சதுரத்தில் மட்டுமே மனை உரிமையாளர் குடி இருப்பது நல்லது.

கழிவுநீரை வெளியேற்றும் முறை

நாம் கட்டுகின்ற வீட்டுக்கு பக்கத்தில் உள்ளவர்களுடைய வீட்டு கழிவு நீர் நம் வீட்டிற்குள் வந்தால் தீமையே ஏற்படும். நம்முடைய மனையில் வீட்டைக் கட்டும்போது ஏற்படும் கழிவு நீர் வடக்கு திசையாகவும் கிழக்கு திசையாகவும் வெளியேற்ற வேண்டும். இத்திசைகளே நலம் பயக்கும். வடமேற்கு திசையாகவும் தென் கிழக்கு திசையாகவும் வெளியேற்றினால் தீமையே ஏற்படும். நமது மனைக்குள்ளேயே கழிவு நீர் நின்று இருந்தால் துன்பம் தொடர்ந்து இருக்கும்.

வீட்டில் வைக்கக் கூடாத மரங்கள்

ஏருக்கமரம், புளிய மரம், இலவ மரம், பருத்தி மரம், அகத்தி மரம், பனை மரம், நாவல் மரம், நெல்லி மரம் மேலே கூறப்பட்ட மரங்கள் வீட்டில் வைக்கக் கூடாது. மேலும் வீடு கட்டும் போது இவ்வகை மரங்களை தவிர்ப்பது நல்லது.

வீட்டைக் கட்டும்போது பயன்படுத்தக் கூடாத மர வகைகள்

ஆலமரம், அரசமரம், பூவரச மரம், இலந்த மரம், பீலி மரம், மகிழ மரம், விளா மரம் இவ்வகை மரங்களை பயன்படுத்தினால் லட்சுமி மனையை விட்டு வெளியே சென்று விடுவாள்.

மயானக் காட்டில் வளர்ந்த மரங்களை நிச்சயமாகப் பயன்படுத்தக் கூடாது. புயல், வெள்ளத்ததால் சூழ்ந்த மரங்கள், தீயால் காயம் ஏற்பட்ட மரங்கள் இவ்வகை மரங்களையும் பயன்படுத்தக் கூடாது.

எங்கே கிணறு அமைப்பது?

வசிக்க வீடும், அறைகளும் கட்டினால் மட்டும் போதாது. வாழ்க்கைக்கு மிக முக்கியமானது தண்ணீர். அது போதுமான அளவு கிடைத்தால்தான் வாழ முடியும். அதற்கு ஒரு கிணறு தோண்ட வேண்டும். சாஸ்திரப்படி கிணறு அமைத்தால் நல்ல பலன்களைப் பெறுவார்கள். தலைமுறைக்கும் அதே வீட்டில் செல்வச் செருக்குடன் வாழ்வார்கள்.

வீட்டின் மேற்கு பக்கத்தில் கிணறு அமைத்தால் நல்ல அதிர்ஷ்டமாக இருக்கும்.

வடக்கிலும் ஈசான்ய மூலையிலும் கிணறு அமைத்தால் மனையின் சொந்தக்காரர் செல்வம் கொழிக்க, குடும்பம் பெருக்க சுப போகங்களுடன் வாழ்வார்.

கிழக்குப் பக்கத்தில் கிணறு அமைத்தால் நல்ல பலன்கள் கிடைக்கும்.

வடமேற்கு மூலை, அக்கினி மூலை, தென்திசை, இறுதி மூலை ஆகிய இடங்களில் கிணறு அமைத்தல் கூடாது. தீ விபத்து குடும்பத்தில் துர் மரணம், பொருள் இழப்பு, கள்ளர் பயம் போன்றவை ஏற்படும்.

கிழமைகள் – நட்சத்திரங்கள்

ஞாயிறு

அமிர்தயோகம் : சுபகாரியத்திற்கு ஏற்ற நட்சத்திரங்கள்: உத்திரம், அஸ்தம், மூலம், உத்திராடம், திருவோணம், உத்திரட்டாதி, ரேவதி

சித்தயோகம் : சுப காரியங்களுக்கு உதவாத நட்சத்திரங்கள்: அசுவினி, பரணி, கிருத்திகை, ரோகிணி, மிருக சீரிஷம், திருவாதிரை, புனர்பூசம், பூசம், ஆயில்யம், பூரம், சித்திரை, சுவாதி, பூராடம், சதயம், உத்திரட்டாதி.

மரண யோகம் : சுப காரியங்களுக்கு உதவாத நட்சத்திரங்கள் : மகம், விசாகம், அனுஷம், கேட்டை, அவிட்டம்.

திங்கள்

அமிர்தயோகம் : சுபகாரியத்திற்கு ஏற்ற நட்சத்திரங்கள்: ரோகிணி, மிருகசீரிஷம், புனர்பூசம், சுவாதி, திருவோணம்

சித்தயோகம் : சுப காரியங்களுக்கு ஏற்ற நட்சத்திரங்கள்: அசுவினி, பரணி, திருவாதிரை, பூசம், ஆயில்யம், பூரம், உத்திரம், அஸ்தம், அனுஷம், கேட்டை, மூலம், அவிட்டம், சதயம், உத்திரட்டாதி, ரேவதி

மரண யோகம் : சுப காரியங்களுக்கு உதவாத நட்சத்திரங்கள் : கிருத்திகை, மகம், சித்திரை, விசாகம், பூராடம், உத்திராடம், பூரட்டாதி.

செவ்வாய்

அமிர்தயோகம் : சுப காரியங்களுக்கு ஏற்ற நட்சத்திரங்கள்: ரோகிணி, உத்திரம், மூலம், உத்திரட்டாதி.

சித்தயோகம் : சுப காரியங்களுக்கு ஏற்ற நட்சத்திரங்கள்: அசுவினி, பரணி, கிருத்திகை, மிருக சீரிஷம், புனர்பூசம், பூசம், ஆயில்யம், மகம், பூரம், அஸ்தம், சித்திரை, சுவாதி, அனுஷம், கேட்டை, பூராடம், திருவோணம், அவிட்டம், ரேவதி.

மரணயோகம் : சுப காரியங்களுக்கு உதவாத நட்சத்திரங்கள்: திருவோணம், விசாகம், உத்திராடம், சதயம், பூரட்டாதி

புதன்

அமிர்தயோகம் : சுப காரியங்களுக்கு ஏற்ற நட்சத்திரங்கள் : கிருத்திகை, பூரம், உத்திரம், பூராடம், உத்திராடம், பூரட்டாதி.

சித்தயோகம் : சுப காரியங்களுக்கு ஏற்ற நட்சத்திரங்கள்: பரணி, ரோகிணி, மிருக சீரிஷம், திருவாதிரை, சுவாதி, விசாகம், அனுஷம், கேட்டை, திருவோணம், சதயம், உத்திரட்டாதி.

மரணயோகம் : சுப காரியங்களுக்கு உதவாத நட்சத்திரங்கள்: அசுவினி, அஸ்தம், மூலம், அவிட்டம், ரேவதி.

வியாழன்

அமிர்தயோகம் : சுப காரியங்களுக்கு ஏற்ற நட்சத்திரங்கள்: அசுவினி, கிருத்திகை, புனர்பூசம், பூசம், மகம், சுவாதி.

சித்தயோகம் : சுப காரியங்களுக்கு ஏற்ற நட்சத்திரங்கள்: பரணி, ஆயில்யம், பூரம், அஸ்தம், விசாகம், அனுஷம், கேட்டை, மூலம், பூராடம், உத்திராடம், திருவோணம், அவிட்டம், பூரட்டாதி, உத்திரட்டாதி, ரேவதி.

மரண யோகம் : சுப காரியங்களுக்கு உதவாத நட்சத்திரங்கள் : கிருத்திகை, ரோகிணி, மிருகசீரிஷம், திருவாதிரை, உத்திரம், சதயம்.

வெள்ளி

அமிர்தயோகம் : சுப காரியங்களுக்கு ஏற்ற நட்சத்திரங்கள்: அசுவினி, அஸ்தம், மூலம், ரேவதி.

சித்தயோகம் : சுப காரிங்களுக்கு ஏற்ற நட்சத்திரங்கள்: பரணி, கிருத்திகை, மிருகசீரிஷம், திருவாதிரை, புனர்பூசம், பூரம், உத்திரம், சித்திரை, சுவாதி, விசாகம், அனுஷம், பூராடம், உத்திராடம், அவிட்டம், சதயம், பூரட்டாதி, உத்திரட்டாதி.

மரணயோகம் : சுப காரியங்களுக்கு உதவாத நட்சத்திரங்கள்: ரோகிணி, பூசம், ஆயில்யம், மகம், கேட்டை, திருவோணம்.

சனி

அமிர்தயோகம் : சுப காரியங்களுக்கு ஏற்ற நட்சத்திரங்கள் : கிருத்திகை, சுவாதி, பூராடம், சதயம்.

சித்தயோகம் : சுப காரியங்களுக்கு ஏற்ற நட்சத்திரங்கள் : அசுவினி, பரணி, மிருகசீரிஷம், திருவாதிரை, புனர்பூசம், பூசம், மகம், பூரம், விசாகம், அனுஷம், கேட்டை, அவிட்டம், உத்திராடம், திருவோணம், அவிட்டம், உத்திரட்டாதி.

மரணயோகம் : சுப காரியங்களுக்கு உதவாத நட்சத்திரங்கள்: ஆயில்யம், உத்திரம், அஸ்தம், சித்திரை, பூரட்டாதி.

அமிர்தயோகம், சித்தயோகம் வரும் கிழமைகள் நட்சத்திரங்கள் உள்ள நாட்களில் மனை கோலுதல், கிரகப் பிரவேசம் செய்தல் மற்றும் சுப காரியங்களுக்கு நன்மை ஏற்படும்.

மரணயோக நட்சத்திரங்கள் வரும் கிழமைகளில் எந்த நல்ல காரியமும் செய்யக் கூடாது. தீமை ஏற்படும்.

சூனிய மாதங்கள்

ஒவ்வொரு ராசிக்கும் ஒரு சூனிய மாதம் உண்டு. இதைப் பார்த்து சூனிய மாதத்தில் மனை அடி கோலுதல், கிரகப் பிரவேசம் செய்தல், சுப காரியங்கள் ஆகியவற்றை தவிர்ப்பது நல்லது.

1. மேஷ ராசிக்காரருக்கு (அசுவினி, பரணி, கிருத்திகை முதல் பாதம்) சித்திரை மாதம் சூன்ய மாதம்.

2. ரிஷப ராசிக்காரருக்கு (கிருத்திகை 2,3,4 பாதங்களில் ரோகிணி, மிருகசீரிஷம் 1,2 பாதங்கள்) வைகாசி மாதம் சூன்யம்.

□ *வாஸ்து மனையடி சாஸ்திரம்*

ஆருடச் சக்கரம்

மீனம்	மேஷம்	ரிஷபம்	மிதுனம்
கும்பம்			கடகம்
மகரம்			சிம்மம்
தனுசு	விருச்சிகம்	துலாம்	கன்னி

3. மிதுன ராசிக்காரருக்கு (மிருக சீரிஷம் 3,4 பாதங்களில் திருவாதிரை, புனர்பூசம் 1,2,3 பாதங்கள்) ஆனி மாதம் சூன்யம்

4. கடக ராசிக்காரருக்கு (புனர்பூசம் 4ம் பாதம், பூசம், ஆயில்யம்) ஆடி மாதம் சூன்யம்

5. சிம்ம ராசிக்காரருக்கு (மகம், பூரம், உத்திரம் முதல் பாதம்) ஆவணி மாதம் சூன்யம்

6. கன்னி ராசிக்காரருக்கு (உத்திரம் 2,3,4 பாதங்கள், அஸ்தம், சித்திரை 1,2 பாதங்கள்) புரட்டாசி மாதம் சூன்யம்

7. துலா ராசிக்காரருக்கு (சித்திரை 3,4 பாதங்கள், விசாகம் 1,2,3 பாதங்கள்) ஐப்பசி மாதம் சூன்யம்

8. விருச்சிக ராசிக்காரருக்கு (விசாகம் 4ம் பாதம், அனுஷம், கேட்டை) கார்த்திகை மாதம் சூன்யம்

9. தனூர் ராசிக்காரருக்கு (மூலம், பூராடம், உத்திராடம் பாதம்) மார்கழி மாதம் சூன்யம்.

10. மகர ராசிக்காரருக்கு (உத்திராடம் 2,3,4 பாதங்கள் திருவோணம், அவிட்டம் 1,3 பாதங்கள்) தை மாதம் சூன்யம்

11. கும்ப ராசிக்காரருக்கு (அவிட்டம் 3,4 பாதங்கள், சதயம், பூரட்டாதி 1,2,3 பாதங்கள்) மாசி மாதம் சூன்யம்

12. மீன ராசிக்காரருக்கு (பூரட்டாதி 4ம் பாதம், உத்திரட்டாதி, ரேவதி) பங்குனி மாதம் சூன்யம்

சல்லியங்கள் காணுதல்

வீடு கட்ட விரும்புவர் பூமியின் காவியத்தை அறிய விரும்பினால் இந்த ஆருடச் சக்கரத்தை முன் வைத்துக் கொண்டு உட்கார வேண்டும். விருப்பமான தெய்வத்தை தியானித்து சக்கரத்தில் ஒரு ராசியைத் தொட வேண்டும். அவர் தொட்ட ராசியே அப்போதைய லக்கினமாகும். அந்த நேரத்தில் கிரகங்கள் இருக்கும் நிலையை பஞ்சாங்கத்தைப் பார்த்து ஆருடச் சக்கரதில் குறிக்க வேண்டும்.

உதாரணமாக நீங்கள் தொட்ட ராசி மிதுனமானால் அதுதான் அப்போதைய லக்கினம். அப்போது கிரகங்களின் அமைப்புகளை லக்கினத்தைத் தொடர்ந்து குறிக்க அது ஒரு ஆருட ராசிக் சக்கரமாகி வருகிறது.

லக்கினத்தில் சனி, செவ்வாய், ராகு போன்ற அசுப கிரகங்கள் தங்கியிருந்தால் லக்கினத்திற்கு 4,7, 8,10 ஆகிய ராசிகளில் தேய்பிறை சந்திரன் தங்கினாலும் வீடு கட்ட விரும்பும் மனையில் சாம்பல், எறும்பு, உளுத்துப் போன மரம்,

கொள்ளிக் கட்டை ஆகியவற்றில் ஏதாவது ஒன்று இருக்கலாம். தீமை உண்டாகும்.

தொட்ட லக்கினத்திற்கு ஏழாவது வீட்டில் ஏதாவது கிரகங்கள் தங்கினாலும் அதற்குக் கேந்திரங்களில் தேய்பிறை சந்திரன் தங்கினாலும் விஷத்தால் அபாயம். மனைவியுடன் சச்சரவு, சோம்பல், வேதனை, அரசாங்கத் தொல்லை போன்றவை ஏற்படும்.

தொட்ட லக்கினத்திற்கு 5-இடமாகிய திரிவோணத்தில் கிரகங்கள் தங்கி, அதற்கு 1,4,7,10 கேந்திரங்களில், தேய்பிறை சந்திரன் தங்கினால், பூமியில் எறும்பு, உளுத்த மரம், கருங்கல் பாறை போன்றவை இருக்கலாம்.

தொட்ட லக்கினத்தில் கிரகங்கள் அமையப் பெற்று அதற்கு 1,4,7,10 கேந்திரங்களில் தேய்பிறை சந்திரன் தங்கினால், அந்த மனையில் வீடு கட்டி வசித்தால் குடும்பத்தில் பெரிய துன்பம் ஏற்படும். லக்கினத்திற்கு 2ல் சந்திரன் தங்குவதும் நல்ல பலன் இல்லை. குடும்பத் தலைவனுக்குச் சிறிதும் நன்மை ஏற்படாது.

லக்கினத்திற்கு 10ம் இடமாகிய ஜீவனஸ்தானத்தில் தீய கிரகங்கள் தங்கினால் தீயில் சுட்ட கல் எலும்பு, ஈயம், பித்தளை ஆகிய ஏதேனும் இருக்கலாம். இதனால் செல்வ இழப்பு, வறுமை, சொல்லொனாத் துன்பம் தொல்லைகள் ஏற்படும்.

லக்கினத்தில் ராகு தங்கி அதற்கு 4, 7, 10ல் சனி, சூரியன் தங்கினாலும்,

லக்கினத்திற்கு 2ல் சூரியன், சந்திரன் தங்கினால் அந்த மனையில் வீடு கட்டி வசிக்கக் கூடாது.

இவற்றிற்குப் பரிகாரமாக அந்த மனையில் புதிய மண்ணைக் கொண்டு கொட்டி, பிறகு மனை அடி முகூர்த்தம் செய்து வீடு கட்டினால் சுக சேமங்கள் ஏற்படும் என்று பெரியோர்கள் சொல்கிறார்கள்.

தொட்ட லக்கினத்தில் சந்திரன் அதற்கு 4,7 அல்லது 10ம் வீட்டில் சூரியன் தங்கினால் தனச் சேர்க்கை, செல்வ வரவு, சுக போக வாழ்க்கை ஏற்படும்.

லக்கினத்தில் சுக்கிரன், புதன் தங்கி 7ம் இடத்தில் குரு தங்கினால் பெரும் செல்வம் சேரும். நிலையான வாழ்க்கை வாழ்வார்கள்.

நட்சத்திரங்கள் - கிரகங்கள் பலன்

உத்திரம், திருவோணம், உத்திராடம், உத்திரட்டாதி, பூராடம், மிருகசீரிஷம், ஆயில்யம், ரோகிணி, பூசம் ஆகிய நட்சத்திரங்களில் குரு சஞ்சரித்தாலும்,

குரு கடகத்தில் உச்சம் பெற்றிருந்தாலும் வீடு கட்ட ஆரம்பித்தால் கட்டடம் பூர்த்தியாகும். இந்த வீட்டில் குடி புகுந்தால் லட்சுமி கடாட்சம் பூர்ணமாக இருக்கும்.

அசுவினி, ரோகிணி, மிருகசீரிஷம், அஸ்தம், சித்திரை, உத்திரம் ஆகிய நட்சத்திரங்களில் புதன் சஞ்சரித்தால்,

லக்கினம் அல்லது உச்ச ராசியில் புதன் தங்கினாலும் அந்த மனையில் வீடு கட்டி வசிப்பவருக்கு நல் மக்கள் ஏற்படுவார்கள்.

அசுவினி, கேட்டை, சித்திரை, புனர்பூசம், பூராடம், அனுஷம், விசாகம், திருவாதிரை, அவிட்டம், சதயம் ஆகிய நட்சத்திரங்களில் சுக்கிரன் சஞ்சரிக்கும் போது வீடு கட்ட தொடங்கினாலும், புதுமனை புகுந்தாலும் வாழ்க்கையில் ஏற்றம் உண்டாகும்.

கிருத்திகை, பூசம், மகம், பூரம், அஸ்தம், மூலம், ரேவதி ஆகிய நட்சத்திரங்களில் செவ்வாய் தங்கினால் வீடு கட்டத் தொடங்கினால் ஒன்று வீடு கட்டி முடிக்க இயலாது. அப்படியே பல துன்பங்களுக்கிடையே வீடு கட்டி வசித்தால் புத்திரதோஷம் ஏற்படுவதுடன் வேதனையும் பல தொல்லைகளும் தொடர்ந்து இருந்து வரும்.

பரணி 3, 4 பாதங்களிலும், கிருத்திகை, ரோகிணி முதல் பாதத்திலும் சூரியன் சஞ்சரிக்கும் போது வீடு கட்டத் தொடங்கினால் வீடு கட்டி முடிக்க இயலாது. கட்டி முடித்தாலும் அது தீ விபத்துக்குள்ளாகி நாசமாகி விடும்.

பரணி, சுவாதி, அனுஷம், கேட்டை, சதயம், பூரட்டாதி, உத்திரட்டாதி ஆகிய நட்சத்திரங்களில் சனி சஞ்சரிக்கும் போது வீடு கட்ட தொடங்கினாலோ கிரகப் பிரவேசம் செய்து குடி புகுந்தாலோ அந்த வீட்டில் அதிக நாட்கள் தங்கமாட்டார்கள். அந்த வீட்டில் பேய் வாசம் செய்யும். இந்த காலங்களில் மனை அடி கோலுவதோ கிரகப் பிரவேசம் செய்வதோ கூடாது. மற்றொரு சுப முகூர்த்தத்தில் மனை அடி கோலினாலும், கிரகப் பிரவேசம் செய்தாலும் நன்மை ஏற்படும்.

மனை அடிகோலத் தொடங்கும் காலத்தில் அல்லது கிரகப் பிரவேசம் செய்யும் காலத்தில் சுப கிரகங்களாகிய குருவும், சுக்கிரனும் நீசம், பகை ஸ்தானங்களில் தங்கினாலும் விரோத கிரகங்களுடன் தங்கினாலும் அஸ்தங்கம் அடைந்தாலும் வீட்டிற்குரியவனான சுக்கிரன் பலமிழந்து போகிறான். அப்போது வீடு கட்டினால் வேற்றவர் அதைப் பறித்துக் கொண்டு விடுவார்கள்.

அருக்கன் நிலை அறிதல்

அருக்கன் - சூரியன். சூரியன் அவன் இருக்கும் அக்கினி மூலையிலிருந்து ஏழு நாட்களில் ஏழு திசைகளில் சுற்றி வரும் நாழிகள் அறிவது அவசியம்.

வீட்டு மனை வாங்கவோ, மனை அடிகோலவோ, கிரகப் பிரவேசம் செய்யவோ செல்லும்போது சூரியன் செல்லும் திசையை அறிந்து நடந்தால், வெற்றி கிடைக்கும். எந்தச் சுபகாரியம் செய்யத் தொடங்குவதானாலும் சூரியன் நமக்கு இடது பக்கத்திலும், முன்னாலும் இருக்கக் கூடாது. வலப் பக்கமாகவும், பின்புறமும் சூரியன் இருக்கும் வேளையில் சுப

காரியங்களைச் செய்யச் சென்றாலும் செய்யத் தொடங்கினாலும் வெற்றி கிடைக்கும்.

சூரியன் இருக்கும் திசை - கிழக்கு

சனி இரவு 30 நாழிகை, ஞாயிறு 30 நாழிகை ஆக 60 நாழிகை தெற்கே இருப்பான் சூரியன்.

ஞாயிறு இரவு 30 நாழிகை, திங்கள் பகல் இரவு சேர்ந்து 60 நாழிகை தென்மேற்கில் இருப்பான் சூரியன்.

செவ்வாய் பகல் 30 நாழிகை, இரவு 10 நாழிகை ஆக 40 நாழிகை மேற்கில் இருப்பான் சூரியன்.

செவ்வாய் இரவு 20 நாழிகை, புதன் பகல் 30 நாழிகை ஆக 50 நாழிகை வடமேற்கில் இருப்பான் சூரியன்.

புதன் இரவு 30 நாழிகை, வியாழன் பகல் 30 நாழிகை இரவு 10 நாழிகை ஆக 70 நாழிகை வடக்கில் இருப்பான் சூரியன்.

வியாழன் இரவு 20 நாழிகை, வெள்ளி பகல் இரவு 60 நாழிகை ஆக 80 நாழிகை சூரியன் வட கிழக்கில் இருப்பான்.

சனி பகல் 30 நாழிகை கிழக்கில் இருப்பான் சூரியன். அவன் தங்கும் அக்கினி மூலை வாயு மூலை என்பார்கள்.

அஷ்ட யோனிகள் - விலங்குகள்

அஷ்டயோனிகள் அதற்கான விலங்குகள் : கிழக்கு-கருடன், தென்கிழக்கு-பூனை, தெற்கு-சிங்கம், தென் மேற்கு-நாய், மேற்கு-பாம்பு, வடமேற்கு-எலி, வடக்கு-யானை, வட கிழக்கு-முயல்.

இந்த விலங்குகள் இந்த திசைகளிலேயே நிரந்தரமாகத் தங்கியிருப்பதில்லை. சில மாதங்களில் இவை எதிர் திசைக்கு மாறிவிடுகின்றன.

எந்த ஒரு சுப காரியத்தைச் செய்யத தொடங்கினாலும் யோனிகளிலுள்ள விலங்குகளைப் பார்க்க வேண்டும்.

உதாரணமாக கருடனுக்கு பாம்பு இசை(பகை), பூனைக்கு எலி இரை, சிங்கத்துக்கு யானை இரை, நாய்க்கு முயல் இரை.

சித்திரை, வைகாசி, ஆனி ஆகிய மாதங்களில் பூனை இருக்கும் திசைக்கு எலி மாறி விடும்.

ஆடி, ஆவணி, புரட்டாசி ஆகிய மாதங்களில் நாயின் திசைக்கு முயல் மாறிவிடும்.

ஐப்பசி, கார்த்திகை, மார்கழி மாதங்களில் சிங்கத்தின் திசைக்கு யானை மாறிவிடும்.

இதனால் விலங்குகளின் திசைமாற்றத்தைக் கவனித்து சுப காரியங்களைச் செய்ய வேண்டும்.

வீட்டு மனை வாங்க பேசப் போகவோ, மனை அடிகோலவோ, புது மனை புகவோ, அஷ்ட யோனிகளிலுள்ள இரை எடுக்கும் விலங்கு எதிரிலும் இல்லாத காலம் நேரத்தையே தேர்ந்தெடுத்துச் செயல்பட வேண்டும். அப்போதுதான் முழு வெற்றி கிடைக்கும்.

ஒரு யோனியிலுள்ள விலங்கு இரை எடுக்கும் திசைக்கு யோனிக்குக் சுபகாரியமாகச் சென்றாலும் அந்தத் திசையில் சுப காரியங்களைத் தொடங்கினாலும் நன்மை ஏற்படும்.

இதைவிடுத்து ஒரு யோனியிலுள்ள இரையாகும் திசையிலிருந்து இரை எடுக்கும் திசைக்குச் சென்றாலும் ஒரு சுபகாரியத்தை அந்தத் திசையில் தொடங்கினாலும் தோல்வியும் அவமானமே மிச்சமாகும்.

கிரகப் பிரவேசத்திற்கு சிறந்த காலங்கள்

சாஸ்திரப்படி வீடு கட்டுவதோடு சாஸ்திரப்படி கிரகப் பிரவேசமும் செய்ய வேண்டும். அப்போதுதான் இரண்டின் பலனும் ஒத்ததாக இருக்கும்.

உத்திராயண காலங்களில் கிரகப் பிரவேசம் செய்தல் நல்ல பலனைக் கொடுக்கும்.

சித்திரை, வைகாசி, ஆவணி, ஐப்பசி, கார்த்திகை, தை மாதங்கள் புது மனை புக ஏற்றதாகும்.

திங்கள், புதன், வெள்ளி ஆகிய கிழமைகள் புதுமனை புகச் சிறந்தது.

துதியை, திரிதியை, பஞ்சமி, சப்தமி, தசமி, திரயோதசி ஆகிய திதிகள் கிரகப் பிரவேசத்திற்கு உகந்தவை.

அசுவினி, மிருகசீரிஷம், புனர்பூசம், அஸ்தம், சித்திரை, சுவாதி, அனுஷம், திருவோணம், உத்திரம், உத்திராட்டம், உத்திரட்டாதி ஆகிய நட்சத்திரங்கள் கிரகப் பிரவேசத்திற்கு ஏற்றவை.

சுபக்கிரகங்கள் ஆட்சி, உச்ச வீடுகளில் தங்கி, சுப சேர்க்கை அல்லது பார்வை பெற்றோர் அந்த கிரகங்கள் கேந்திரம், திருவோணம் ஆகியவற்றில் ஏதேனும் ஒன்றில் அமையப் பெறுவதும் ஏற்றமான பலனைக் கொடுக்கும்.

ரிஷபம், சிம்மம், விருச்சிகம், கும்பம் ஆகிய ராசிகள் கிரகப் பிரவேச லக்கினங்களாக அமைந்தால் குடிபுகுபவர் இல்லத்தில் அஷ்டலட்சுமி வாசம் செய்வாள்.

லக்கினத்திற்குப் பத்தாம் இடத்தில் சுபக்கிரகங்கள் தங்கினாலும், சுபக்கிரகங்களால் பார்க்கப் பட்டாலும் கிரகப் பிரவேசம் செய்பவர் வாழ்க்கையில் மேன்மேலும் விருத்தி அடைவார்.

ஜன்ம நட்சத்திரப் பலன்

அசுவினி

அசுவினி நட்சத்திரத்தில் பிறந்தவர்கள் ரோகிணி நட்சத்திரத்தில் மனை முகூர்த்தம் செய்வது உத்தமம்.

பரணி

பரணி நட்சத்திரத்தில் பிறந்தவர்கள் ரேவதி நட்சத்திரத்தில் மனை முகூர்த்தம் செய்வது நல்ல பலன் கிடைக்கும்.

கிருத்திகை

கிருத்திகை நட்சத்திரத்தில் பிறந்தவர்கள் பூச நட்சத்திரத்தில் மனை முகூர்த்தம் செய்தால் ஏற்றமாக வாழ்வார்கள்.

ரோகிணி

ரோகிணி நட்சத்திரத்தில் பிறந்தவர்கள் ரேவதி நட்சத்திரத்தில் மனை முகூர்த்தம் செய்தால் புகழுடன் வாழ்வார்கள்.

மிருக சீரிஷம்

மிருக சீரிஷம் நட்சத்திரத்தில் பிறந்தவர்கள் பூச நட்சத்திரத்தில் மனை முகூர்த்தம் செய்தால் உத்தம பலன் கிடைக்கும்.

திருவாதிரை

திருவாதிரை நட்சத்திரத்தல் பிறந்தவர்கள் அஸ்த நட்சத்திரத்தில் மனை முகூர்த்தம் செயதால் வியக்கத் தக்க வகையில் வாழ்க்கையில் வெற்றி பெறுவார்கள்.

புனர்பூசம்

புனர்பூச நட்சத்திரத்தில் பிறந்தவர்கள் உத்திரட்டாதி நட்சத்திரத்தில் மனை முகூர்த்தம் செய்தால் அவர் குடும்பம் பரம்பரையாக சுகபோகத்துடன் அவ்வீட்டில் வாழ்வார்கள்.

பூசம்

பூச நட்சத்திரத்தில் பிறந்தவர்கள் ரேவதி நட்சத்திரத்தில் நல்ல முன்னேற்றம் காண்பார்.

ஆயில்யம்

ஆயில்ய நட்சத்திரத்தில் பிறந்தவர்கள் அசுவினி நட்சத்திரத்தில் மனை முகூர்த்தம் செய்தால் வாழ்க்கையில் மேன்மையும் எடுத்த காரியங்கள் வெற்றியும் ஏற்படும்.

மகம்

மக நட்சத்திரத்தில் பிறந்தவர்கள் அந்த நட்சத்திரத்தில் மனை முகூர்த்தம் செய்தால் வாழ்க்கையில் மன அமைதியும் பொருளாதாரம் உயர்வாகவும் இருக்கும்.

பூரம்

பூர நட்சத்திரத்தில் பிறந்தவர்கள் ரேவதி நட்சத்திரத்தில் மனை முகூர்த்தம் செய்தால் சுகபோக வாழ்க்கை வாழ்வார்கள்.

உத்திரம்

உத்திர நட்சத்திரத்தில் பிறந்தவர்கள் அசுவினி நட்சத்திரத்தில் மனை முகூர்த்தம் செய்தால் வாழ்க்கையில் ஏற்றமும், சுகபோக வாழ்க்கையும் ஏற்படும்.

அஸ்தம்

அஸ்த நட்சத்திரத்தில் பிறந்தவர்கள் ரேவதி நட்சத்திரத்தில் மனை முகூர்த்தம், பிற சுப காரியங்கள் செய்தால் அவரைப் புகழ் தேடி வரும். பொருள் சேர்க்கை உண்டாகும்.

சித்திரை

சித்திரை நட்சத்திரத்தில் பிறந்தவர்கள் உத்திரட்டாதி நட்சத்திரத்தில் மனை முகூர்த்தம் செய்தால் முன்னேற்றமான

வாழ்க்கையும் பொருளாதார ரீதியில் மேன்மையும் உண்டாகும்.

சுவாதி

சுவாதி நட்சத்திரத்தில் பிறந்தவர்கள் அந்த நட்சத்திரத்தல் மனை முகூர்த்தம் செய்தால் நற்பலன்கள் நடைபெறும்.

விசாகம்

விசாக நட்சத்திரத்தில் பிறந்தவர்கள் உத்திரட்டாதி நட்சத்திரத்தில் மனை முகூர்த்தம் செய்தால் எதிரிகளை சுலபமாக வெல்வர். பொருளாதாரம் அபிவிருத்தியடையும்.

அனுஷம்

அனுஷ நட்சத்திரத்தில் பிறந்தவர்கள் திருவோண நட்சத்திரத்தில் மனை முகூர்த்தம் செய்தால் பெருமையுடன் வாழ்வார்கள்.

கேட்டை

கேட்டை நட்சத்திரத்தில் பிறந்தவர்கள் அசுவினி நட்சத்திரத்தில் மனை முகூர்த்தம், சுபகாரியங்கள் செய்தால் உயர்வான பலன்களை அடைவார்கள்.

மூலம்

மூல நட்சத்திரத்தில் பிறந்தவர்கள் திருவோண நட்சத்திரத்தில் மனை முகூர்த்தம் செய்தால் எடுத்த காரியங்கள் வெற்றியும் புதுப்புது வாகனங்களும் கிடைக்கும்.

பூராடம்

பூராட நட்சத்திரத்தில் பிறந்தவர்கள் ரேவதி நட்சத்திரத்தில் மனை முகூர்த்தம் செய்தால் வாழ்க்கையில் ஏற்றமாக வாழ்வார்கள்.

உத்திராடம்

உத்திராட நட்சத்திரத்தில் பிறந்தவர்கள் சதய நட்சத்திரத்தில் மனை முகூர்த்தம் செய்தால் க்ஷேமமாக வாழ்வார்கள்.

திருவோணம்

திருவோண நட்சத்திரத்தில் பிறந்தவர்கள் ரேவதி நட்சத்திரத்தில் மனை முகூர்த்தம் செய்தால் காரிய சித்தி, தனலாபம், முன்னேற்றமான வாழ்க்கை ஏற்படும்.

அவிட்டம்

அவிட்ட நட்சத்திரத்தில் பிறந்தவர்கள் அசுவினி நட்சத்திரத்தில் மனை முகூர்த்தம் செய்தால் அனுகூலமான பலன்கள் உண்டாகும்.

சதயம்

சதய நட்சத்திரத்தில் பிறந்தவர்கள் ரோகிணி நட்சத்திரத்தில் மனை முகூர்த்தம் செய்தால் அற்புதமான பலன்களை அடைவார்கள்.

பூரட்டாதி

பூரட்டாதி நட்சத்திரத்தில் பிறந்தவர்கள் அசுவினி நட்சத்திரத்தில் மனை முகூர்த்தம் செய்தால் உத்தம பலன் கிடைக்கும்.

உத்திரட்டாதி

உத்திரட்டாதி நட்சத்திரத்தில் பிறந்தவர்கள் அஸ்த நட்சத்திரத்தில் மனை முகூர்த்தம் செய்தால் உடல் ஆரோக்யம், பொருளாதார முன்னேற்றம் ஏற்படும்.

ரேவதி

ரேவதி நட்சத்திரத்தில் பிறந்தவர்கள் அசுவினி நட்சத்திரத்தில் மனை முகூர்த்தம் செய்தால் தொழிலில் முன்னேற்றம் வாழ்க்கையில் வெற்றி, பொருளாதார அபிவிருத்தி ஏற்படும்.

ஒவ்வொரு ஆண்டும் வாஸ்து பூஜை

ஒவ்வொரு ஆண்டும் வாஸ்து புருஷனுக்கு முறைப்படி பூஜை செய்துவர, அந்த வீட்டில் வாழ்வோர் ஒரு குறைவுமின்றி மகிழ்ச்சியாக வாழ்வார்கள்.

வாஸ்து பூஜை செய்யும் முறை

சாந்தி மங்கள பாடம் சொல்ல ஆரம்பித்தல் நாம் முக்கியமான சங்கல்பம் செய்து அனத் பின் கணேச, அம்பிகை பூஜை செய்தல், கலசத்தை வைத்து புண்ணியா வசனத்தை செய்ய வேண்டும். ஆஞ்சனேய பூஜை. அதன் பிறகு ஆயுள் விருத்தி மந்திர பூஜை. ஆசாரியர், ஸ்ரீம்மா மற்றும் ஷோதா துவார பாலகர் முதலியவர் களையும் அழைக்க வேண்டும். மண்டப பூஜை செய்து அக்கினியை வளர்த்துக் கிரக பூஜை செய்ய வேண்டும்.

வீட்டின் மூலைகளில் பலிதானம் கொடுக்க வேண்டும். முதலில் அக்கினிக்கு பூஜை செய்து அதன் பிறகு 45 விதமான தேவதைகளை அழைத்து பூஜை கொடுக்க வேண்டும். 10 திசை பாலர்களை பூஜை செய்து வணங்க வேண்டும். வீட்டின் மையத்தில் வாஸ்து பூஜை செய்யவேண்டிய கலசத்தை வைக்க வேண்டும். 5 வில்வ ஹோமம் செய்ய வேண்டும்.

அக்கினிக்கு பலி கொடுப்பதோடு சரக்யாதிக்கும் பலி கொடுக்க வேண்டும். முருகனை வணங்க பிரம்ம தேவனுக்கு பூஜை செய்ய வேண்டும். வீட்டு பெண்

கலசத்தை சுற்றி வர வேண்டும். பால் கலந்த நீரை தாணா வளர்த்துக் கொண்டே இருக்க வேண்டும். பூஜை முடியும் வரை தாணா வளர்ப்பது பால் கலந்த நீரையே விடுதல் வேண்டும். லக்கின தோஷம் நீங்க பூஜை செய்தல் வேண்டும். விளக்கேற்றிய பின் கிணற்றுக்குச் சென்று வருணனை பூஜை செய்தல் வேண்டும். மாட்டுக் கொட்டகைக்குச் சென்று பசு தேவதையை வழிபட வேண்டும்.

எட்டு திசைகளிலும் நவதானியங்களை சேர்த்து வைக்க வேண்டும். வீட்டுக்கு தேவையான பொருட்கள் அந்தப் பொருட்களுக்கு உடைய தெய்வத்தை வணங்கிய பின்னரே வீட்டிற்குள் வைக்க வேண்டும். உதாரணமாக புத்தகங்கள் பேனா, பென்சில் இப்பொருளுக்கு கலைமகளான சரஸ்வதியை வணங்கி பின் வைக்க வேண்டும்.

மண்பானையில் ஏழு விதமான தானியங்களோடு தயிர் மற்றும் பூக்கள் ஆகியவைகளை பூஜை செய்த பின்னர் வீட்டின் மத்திய பகுதியில் பூமியை தோண்டி உள்ளே வைத்து பின்னர் சாணம் மற்றும் பசுவின் கோமயம் கொண்டு மெழுகிவிட வேண்டும். விருந்தினர் மற்றும் அந்தணர்கள் ஆகியோருக்கு உணவிட வேண்டும். விருந்து முடிந்த பின்னர் வீட்டின் சொந்தக்காரர் பெரியோர்களின் பாதங்களில் வீழ்ந்து வணங்கி ஆசீர்வாதம் பெற வேண்டும்.

தோஷங்களும் அதை நீக்கும் யந்திரங்களும்

தம் வீடு கட்டி முடிந்தவுடன் சிலருக்கு மிகுந்த பொருளாதார நெருக்கடியும், உடல் ஆரோக்கிய குறைவும் ஏற்படும். இதை நிவர்த்திக்க சில வழி முறைகள் உள்ளன. சாஸ்திரப்படி கட்டாமல் சில குறைகள் வைத்து விடுவதனால்தான் கஷ்டங்களும் துயரங்களும்

ஏற்படுகின்றன. துயரங்களைப் போக்க சில எந்திரங்கள் உள்ளன. பொதுவாக எந்திரங்களில் சிறந்தது மச்ச எந்திரம். இது ஸ்ரீ ஹரியின் மச்ச அவதாரத்தைச் சேர்ந்தது. நமது வீட்டின் வடகிழக்குப் பகுதியில் வழிபட வேண்டும். (முக்கியக் குறிப்பு : எந்த வகையான எந்திரத்தை வைத்து வழிபட்டாலும் சுத்தமாக இருந்து வழிபட வேண்டும். இல்லையேல் தற்போது இருக்கும் சிறிது வசதிகூட இல்லாது போய் விடும்.) மச்ச அவதார எந்திரம் தோஷங்கள் அனைத்தையும் போக்கக் கூடிய சக்தி படைத்தது.

திக்பந்தான எந்திரம் இது சூலைகளால் வரும் தோஷங்களை போக்கக் கூடியது. கோவில் மற்றும் கோவிலில் உள்ள கொடி மரத்தின் நிழல் வீட்டின் மேல் விழுந்தால் அதை பிரம்ம எந்திரம் போக்கக் கூடியது.

ஆறு, குளம், குழி, கிணறு, விஷ்ணு கோவில் இவற்றின் தோஷங்கள் போக்க விஷ்ணு எந்திரம் வைத்து வழிபட வேண்டும். சிவன் கோவிலால் ஏற்படும் தோஷங்களைப் போக்க மகேசுவர எந்திரம் போக்கக் கூடியது. தொழில் செய்யும் இடம் வியாபாரம் செய்யும் கடை முதலிய இடத்தில் ஸ்ரீ மகாலட்சுமி எந்திரம் வைத்து வழிபட வேண்டும். மனையடி சாஸ்திர முறைப்படி கட்டாமல் வீட்டை கட்டியவர்கள் கூர்ம அவதார எந்திரத்தை வைத்து பூஜை செய்தால் தவறு நீங்கி நலம் ஏற்படும்.

பிரார்த்தனை

மனை அடி சாஸ்திரத்தைப் பின்பற்றி வீடு கட்டுபவர்கள் அனைவரும் எல்லா ஐசுவரியங்களையும் பெற்று மகிழ்ச்சியுடன் வாழ எல்லாம் வல்ல இறைவனைப் பிரார்த்திக்கிறோம்.

சுபம்